*Po Remida and [handwritten]*

# BUHAY SA ANGONO

# (LIFE IN ANGONO)

*Regards and best wishes to all.*

## A Dual-Language Book
## in Filipino and English

*Pom, Dolly and family*

### Mga Alaalang Sinulat na Patula
### sa Wikang Filipino
### (Memories Written in Poetic Verse
### in Filipino)

**English Version by**
**LEONOR S. BAUTISTA-SAMSON**

**TIMOTEO MEDINA SAGUINSIN**

*099/200          08-25-04*

Published by
Timoteo M. Saguinsin

Produced by
Colley Avenue Copies & Graphics, Inc.
4211 Colley Avenue
Norfolk, Virginia 23508 U.S.A.

*Buhay sa Angono (Life in Angono):*
*A Dual-Language Book in Filipino and English*
ISBN 0-9758646-0-2 Trade Paperback

Photography by author, all rights reserved
Cover design by Tim D. Saguinsin
Edited by Mary P. Saguinsin

This edition was produced by arrangement with
Colley Avenue Copies & Graphics, Inc.

Printed in the United States of America
First edition, July 2004
First printing

# BUHAY SA ANGONO
## (LIFE IN ANGONO)

### A Dual-Language Book
### in Filipino and English

**Mga Alaalang Sinulat na Patula**
**sa Wikang Filipino**
**(Memories Written in Poetic Verse**
**in Filipino)**

## TIMOTEO  MEDINA  SAGUINSIN

## ALAALA KINA

Angel M. Saguinsin, mahal kong ama, mangingisda;
Sixta G. Medina-Saguinsin, uliran kong ina ng tahanan;
Amado, Norberto, Anastacio, Flora, at Amelia,
aking mga kapatid;
Salud G. Medina, tanging tiya, mananahi;
at sa mga mangingisda at magsasakang
taga-Angono, Rizal, Pilipinas.

IN LOVING MEMORY OF
(DEDICATION)


Angel M. Saguinsin, my dear father, a fisherman;
Sixta G. Medina-Saguinsin, my dear mother, a homemaker;
my brothers Amado, Norberto, and Anastacio;
my sisters Flora and Amelia;
Salud G. Medina, my dear aunt, a dressmaker;
and the past fishermen and farmers
of Angono, Rizal, Philippines.

# PAGPAPAHALAGA AT PAGPAPASALAMAT

Sa liwanag at gabay ng Maykapal, higit sa lahat; sa pagmamahal at tangkilik ng aking pamilya: Dolores R. Tolentino-Saguinsin, marilag kong maybahay, mga anak at mga apo: Donna Frances Saguinsin, Owen R. White, at mga supling na sina Christopher Owen Timoteo White at Amalia Ellen White; Mary Pauline Saguinsin, ang namatnugot sa aklat kong ito, Jon C. Embry, at mga supling na sina Ian Saguinsin Embry at Sophia Saguinsin Embry; kina Tim Darren at maybahay na si Kimberly A. Titcomb Saguinsin; sa mga kapatid kong sina Anita M. Saguinsin-Villamarin at pamilya, Lydia Medina Saguinsin, sa aking kakambal na si Maxima M. Saguinsin-Angeles at pamilya; sa pamilya ng aking Kuya Amado M. Saguinsin (1926-1985); kay Leonor S. Bautista-Samson sa kapuri-puring pagsasalin sa wikang Ingles ng aklat na ito; kina Dr. Pablo E. Natividad at Fr. Leo Manalo sa makabuluhan nilang mga payo; kina Dr. Roseann Runte, Pangulo ng Pamantasan ng Old Dominion sa Norfolk, Virginia, U.S.A., Dr. Luisa Igloria at Dr. Araceli Suzara, kapwa Propesor sa Pamantasan ng Old Dominion sa kanilang mga tulong. Sa matalik kong kaibigan, Manuel C. at Cely Ramos, Jr., at pamilya salamat sa inyong mga tulong noong tayo ay maglakbay upang kumuha ng mga larawan sa mga karatig pook ng Angono, Rizal, Pebrero 22, 2004. Salamat sa mga tulong ng mga pamilya ng Reyes: Felicitas M. Reyes, Francisco R. at Lolita S. Tolentino, Ildefonso R. at Belen Tolentino, Joseph A. at Divina R. Piñon-Baysa, Chris at Marita R. Piñon-Barel at ibang mga kapatid; sa pamilya ni Domingo M. at Puring G. Reyes, Pinoy, Elong at ibang mga kapatid; sa pamilya ni Pedro M. at Fely B. Reyes, Elisa B. Reyes at Josefina "Ita" Blanco Reyes, Kalihim ng Sangguniang Bayan, Angono, Rizal, Pilipinas, at ibang mga kapatid. Salamat sa mga tulong nina Aurora "Au" A. Villamayor, Pangalawang Punong-bayan, Angono, Rizal, Pilipinas; Virginia U. Blanco-Tolentino, Superbisor ng Edukasyon, Dibisyon ng Lalawigan ng Rizal, Kagawaran ng Pagtuturo at sa lahat ng kasapi sa Samahang Lempoy.

# ACKNOWLEDGMENTS

I am grateful to the Almighty for enlightenment and guidance, above all; to my family for their love and support: my lovely wife, Dolores R. Tolentino-Saguinsin; my older daughter Donna Frances Saguinsin, her husband Owen R. White, and their children Christopher Owen Timoteo White and Amalia Ellen White; my younger daughter Mary Pauline Saguinsin, who edited my manuscript, her husband Jon C. Embry, and their children Ian Saguinsin Embry and Sophia Saguinsin Embry; and my son Tim Darren Saguinsin, who designed the cover for the book, and his wife Kimberly A. Titcomb Saguinsin. Many thanks must also go to my sister Anita M. Saguinsin-Villamarin and her family, my sister Lydia Medina Saguinsin, my twin sister Maxima M. Saguinsin-Angeles and her family, and the family of my *Kuya* Amado M. Saguinsin (1926-1985) for their love and support. My extreme gratitude to Leonor S. Bautista-Samson for her admirable English translation of my work; to Dr. Pablo E. Natividad and Fr. Leo Manalo for their meaningful advice; and to Dr. Roseann Runte, President of Old Dominion University, Norfolk, Virginia, U.S.A.; and to Dr. Luisa Igloria and Dr. Araceli Suzara, both Old Dominion University professors, for their support and assistance. I must thank my best friend and his wife, Manuel C. and Cely Ramos, Jr., and their family for their support and assistance in taking photos of places in and around Angono, Rizal, on February 22, 2004. For their help and support, I also thank members of the Reyes family: Felicitas M. Reyes, Francisco R. and Lolita S. Tolentino, Ildefonso R. and Belen Tolentino, Joseph A. and Divina R. Piñon-Baysa, Chris and Marita R. Piñon-Barel, and their brothers and sisters; the family of Domingo M. and Puring G. Reyes, Pinoy, Elong, and their brothers and sisters; the family of Pedro M. and Fely B. Reyes; Elisa B. Reyes; Josefina "Ita" Blanco Reyes, Secretary to the Municipal Council, Angono, Rizal, Philippines; and their brothers and sisters. My thanks also to Aurora "Au" A. Villamayor, Municipal Vice-Mayor, Angono, Rizal, Philippines; Virginia U. Blanco-Tolentino, Education Supervisor, Division of Rizal, Department of Education; and the members of the *Lempoy Club* for their support and assistance.

Salamat din kina Vicente R. Sanchez, Elvira S. Reyes-Everett at Mi U. Reyes sa kanilang mga tulong at  mga akda. Salamat sa mga tulong nina Benjamin at Gloria G. Vocalan, Rufino M. at Dina R. Villaluz, Ernesto at Angelina S. Alejandro at sa lahat ng aking mga kababayan na katutubong taga-Angono na naninirahan sa mga Estado ng Virginia, North Carolina, New York, New Jersey, at California, U.S.A.; sa aking mga kamag-aaral sa Rizal High School, Klase 1953; sa RHS Klase 1959, klase ng aking maybahay na si Dolly at kamag-aral niyang si Nieves Gomez; sa aking mga kamag-aaral sa Angono Elementary School, Klase 1949 at sa lahat ng mga taong nag-ambag ng kanilang  pagtulong na nagdala sa matagumpay na katuparan ng  paglalathala ng aklat na ito, Buhay sa Angono.


Ang harap at likod na pabalat ay larawang disenyo ni:

**Tim Darren Saguinsin**

Mga larawang kuha ng may-akda

I am also very grateful to Vicente R. Sanchez, Elvira S. Reyes-Everett, and Mi U. Reyes for their cooperation and their essays; to Benjamin and Gloria G. Vocalan, Rufino M. and Dina R Villaluz, Ernesto and Angelina S. Alejandro, and all my townmates from Angono who are now residents of Virginia, North Carolina, New, Jersey, New York, and California, U.S.A., for their unstinted help; to my classmates in the Rizal High School Class of 1953; to my wife Dolly's classmate and friend Nieves Gomez and their classmates in the RHS Class of 1959; to my classmates in the Angono Elementary School Class of 1949; and to all who, in one way or another, contributed to the completion of this book of poetry, Life in Angono.

Book cover design by:

**Tim Darren Saguinsin**

Photography by author

# MGA NILALAMAN

# CONTENTS

# MGA NILALAMAN

## CONTENTS (CONT'D.)

# PAMBUNGAD

Pinukaw-sigla akong isabuhay sa panulat ang mga gunitain ng mga kamusmusang alaala – mga karanasan, edukasyon, hirap at ginhawa sa buhay, kung papaano namuhay ang aking mga magulang, tiyahin, mga kamag-anak at mga kababayan upang itaguyod at arugain ang kani-kanilang pamilya sa sari-saring paraan, lalo na sa pangingisda sa Lawa ng Laguna at pagsasaka sa mga nakapaligid na bukid sa matulain at minamahal naming bayan ng Angono, lalawigan ng Rizal, bansang Pilipinas.

Timoteo (Tim) Medina Saguinsin

# INTRODUCTION

I was inspired by the thought of reliving with my pen childhood memories – my experiences, my education, life's ups and downs, the means of livelihood of my parents, my aunt, other relatives and our townmates, who raised their families in various ways, mainly by fishing in Laguna Lake and by farming the rice fields – in the scenic and beloved town of Angono, province of Rizal, Philippines.

Timoteo (Tim) Medina Saguinsin

# BUHAY SA ANGONO
# (LIFE IN ANGONO)

**A Dual-Language Book
in Filipino and English**

Mga Alaalang Sinulat na Patula
sa Wikang Filipino
(Memories Written in Poetic Verse
in Filipino)

## TIMOTEO  MEDINA  SAGUINSIN

# ANG BAYAN NG ANGONO

## I

### Paglalarawan

Sa isip ko at gunita, munting bayan ng *Angono*,
Tatlo lamang ang kalsada, namamaybay isang ilog,
Tubig ilog umaagos, nanggagaling sa may bundok,
Malinaw pa at malinis, nagagamit pagluluto,
Karaniwang mga bahay, yaring pawid mga bubong,
Haligi ng mga bahay, mayr'ong yakal, may kawayan,
Ang iba ay ipil-ipil, kawayan ang mga sahig,
Kahit tao'y mahihirap, buhay nila'y masasaya,
Mga prutas ay sariwa, mga gulay ay sagana,
Ang palay ay nasa bukid, ang isda ay nasa lawa.

## II

Maliit lang itong bayan na Angono ang pangalan,
Paligid ay mga bukid, silanganan, katimugan,
Bukid pa rin sa hilaga, lawa naman sa kanluran,
Ang bundok sa silanganan, luntian ang kagubatan,
Kahit saan ka lumingon, punong-kahoy matatanaw,
May mangga at kawayanan, may akasya at bayabas,
May sampalok, mga saging, may kasoy at kayomito,
May alagaw at banaba, may makopa at mabolo,
Tabing-dagat ay aplaya, mga gulay tumutubo,
Ampalaya at kamatis, sitao, talong at patola,
Marami ang mga prutas, pakwan, milon at papaya,
Kaya tao'y masasaya, gulay, prutas ay sagana.

# THE TOWN OF ANGONO

## I

### Description

In my reminiscences of yore, *Angono* was a little town,
With only three main roads along which came a river down,
Its waters flowing, rippling from the Sierra Madre foothills,
Clear and clean for bathing and washing, safe for cooking our meals.

Most of the houses then had *nipa*-thatched, pyramid-like roofing,
On straight *yakal* or crooked posts, some bamboo, firmly standing,
On others *ipil-ipil,* almost all had flooring of split bamboo,
The townsfolk lived simply and to one another were kind and true.

Various native fruits could be had, fresh vegetables aplenty,
*Palay* was growing in the fields; fish were thriving in the sea,
My town then was a picturesque haven of beauty and abundance,
That, even with my silver strands, will still be in my remembrance.

## II

Angono is a small town that emerged forth,
Bounded by vast rice fields to the east and the north,
That extend to the south; a lake is to the west,
Rolling hills to the east, green forests make up the rest.

Wherever one looks, towering trees meet the sight,
Mangoes, bamboo, acacias, guavas, left and right,
Bananas, tamarinds, cashews, star apples, too,
*Alagaw*, *banaba*, *makopa,* and *mabolo.*

By the lake on the shore, vegetables grow,
Sponge gourds, string beans, tomatoes, eggplants, row upon row,
Fruits abound – watermelon, papaya, honeydew,
The people are blest with such fresh bounty in view.

3

## III

### Paglalarawan

Guni-guni't kaisipan, tanawin ay ibang-iba,
Lumipas na alaala, sinulat ko at kinatha,
Upang ibang kababayan, isaisip, magunita,
Masasayang mga araw, noong sila'y mga bata,
Simoy ng hanging amihan, malamig at maginhawa,
Sa ilog ay naglalaba, sa bukid ay nagsasaka,
Mga tao'y masisipag, nagtatanim sa aplaya,
Hindi sila magugutom, sa lawa ay nangingisda,
Kahit saan ka bumaling, bawa't tao'y gumagawa,
Nagsisikap na mabuhay, sa Angonong minumutya.

## IV

### Bahay Kubo

Mga bagong panauhin sa Angono dumadalaw,
Pagpasok lang sa bukana bukirin ang matatataw,
Mga bahay maliliit, pawid lamang ang bubungan,
Nguni't tao nakatira, hindi tulad batong bahay,
Laman minsan isang kuwago, katulad ng kasabihan,
"Ang bahay na bato, ang laman ay kuwago,
Ang bahay na kubo, nakatira ay tao."
Matulain, matanawin, mutyang bayan ng Angono,
Mamamaya'y magagalang, bukas-palad kung tumanggap,
Panauhin dumarating, nagmamatyag, namamasyal.

## III

Retrospections of rustic scenes beyond compare,
Remembrances of the past that now seem so rare,
Have been captured in writing for my countrymen,
Who wish to relive their childhood days there and then,
With east breeze wafting so cool and refreshing,
O'er river maids washing, and farmhands planting,
Men by the shores digging, tilling diligently,
Or out fishing on the lake; none ever knew scarcity;
Anywhere one sets his eyes, at work is everyone,
Toiling for a living in my beloved hometown.

## IV

### The Nipa Hut

Strangers to Angono who come a-visiting,
Notice right at the outskirts vast fields unfolding,
Fringed with *nipa* huts where cordial people reside,
So unlike concrete mansions, one wonders what's inside.

Says an adage, "Better nipa huts where live men
Than grand houses of stone with 'owls' at the helm;"
Poetic, scenic is the town where I was born,
Home of the gracious who say, "Feel at home."

## V

### Mga Hanapbuhay

Ginugunita kong palagi, masasayang mga araw,
Habang ako'y lumalaki, sa sinilangan kong bayan,
Masisipag, matitiyaga, mamamayan sa Angono,
Minamasid, minamasdan, angkin nilang katangian,
Iba't iba hanapbuhay, pantustos sa mga angkan,
Marami ang mangingisda, marami ring magsasaka,
Mag-iigib, manunugtog, manininda't manggagawa,
Maysakit na mga tao, tinatawag manggagamot,
Parmasyutiko nagbibili ng kailangang mga gamot,
May kantero, labandera, iskultor at karpintero,
Manananim, mananahi, dentista at mga guro,
Mensahero pati pintor, barbero at panadero.

## VI

### Mga Pook at Tanawin

Sa loob ng munting bayan, marami kang makikita,
May pook na kung tawagin, *Dulong Wawa* at *Baraka*,
Pagkatawid nitong tulay, pook tawag ay *Balite*,
Ang bundok sa silanganan, naroroon *Matang Tubig*,
Hindi naman kalayuan, tinatawag na *Koleekee*,
Mamaybay sa *Tabing-Ilog*, na malalim at mababaw,
Mararating, makikita, *Batong Buhay* na malapad,
Malinaw at umaagos tubig sa *Sapang Dulangan*,
Kapag ikaw ay lumingon, makikitang naglalaba,
Mga dalagang magaganda, maruming damit sa batya,
Sinasabon, kinukusot, nang ang dumi ay mawala,
*Palu-palo* ipupukpok, dumi'y agad matatanggal.

## V

### Means of Livelihood

I always recall those days of innocent mirth,
Growing up in God's light in the land of my birth,
Seeing with admiration my neighbors' virtues,
Diligent, industrious – I knew them up close.

In varied livelihood means to sustain their folks:
Farming, fishing in deep waters where no one balks,
Water carriers, vendors, laborers, musicians,
They who treat our ailments – the kind physicians.

And pharmacists who fill the prescriptions,
Laundrywomen, sculptors, carpenters, masons,
Planters, seamstresses, dentists, teachers,
Postmen, messengers, painters, barbers, and bakers.

## VI

### Scenic Spots

In my little town, scenic spots ring my abode –
*Dulong Wawa* by the sea, *Baraka* crossroad,
Beyond the concrete bridge, *Balite* with its trade,
Up east – mountains where *Matang Tubig* does cascade.

Not quite far is *Koleekee* where one can wallow,
Then wade in *Tabing-Ilog* – here deep and there shallow,
And reach *Batong Buhay*, wide and flat as can be,
Then *Sapang Dulangan's* crystal waters you'll see.

If you'll glance around, what a sight would meet your eyes!
Lovely maidens making the wash as white as ice –
Soaping, scrubbing, rinsing off the odor and grime,
With wooden *palu-palo*, the clothes are clean and fine.

## VII

### Paaralan at Simbahan

Mga bata'y nag-aaral sa Mababang Paaralan,
Upang sila ay matuto, tumuklas ng karunungan,
Nagtitiyaga mga guro, mapanuto kabataan,
Upang maging masunuri't mabubuting mamamayan,
Mga tao'y Katoliko, sa simbahan sumasamba,
Lahat sila'y humihinto, kahit ano ginagawa,
'Pag narinig ang kampana, nagbubunyag ng Orasyon,
Nagdarasal nang tahimik, pasalamat sa Poong Diyos,
Sa natanggap na biyaya, mga oras na nagdaan.
Nagtutungo sa simbahan, tuwing Linggo na may misa,
Lahat sila'y nagtitipon, sa kalembang ng kampana,
Mamamayan nagdarasal, nakaharap sa dambana,
Maging ito'y simbang-gabi, o Pista ni San Clemente,
Ang pari ay nagmimisa, nagdarasal sa Lumikha.

## VII

### The School and the Church

Children in the public elementary school,
Seek education, discover, learn to the full,
For the youth's direction, teachers do their duty,
To mold them into upright, useful citizenry.

Catholics wend their way to church to worship Him;
They used to pause awhile when at dusk 'twas dim,
At the sound of church bells tolling *Angelus* time,
To praise, thank God for blessings in every breath and clime.

They are the Church at their Sunday obligations,
Heeding God's call first no matter what their functions,
To offer praise and thanks, celebrate with their priest,
Be they at Christmas Mass or St. Clement's Feast.

# VIII

## Nobena kay San Clemente

Tuwing pista nitong bayan, na Angono ang pangalan,
May nobenang ginagawa, siyam na gabi sa Simbahan,
Nagdarasal, sumasamba, nakaharap sa dambana,
Matapos ang pagdarasal, idaraos ang kasayahan,
Sa harapan ng simbahan, sa tugtugi'y sumasayaw,
Sa maliwanag na *patio*, kumekendeng, umiindak,
Himig, awit at tugtugin, nitong banda ng musiko,
Mga tao'y masasaya, sa sayawang ginagawa,
May kuwitis pa at paputok, sabay tunog ng kampana,
Ang lahat ay nasisiyahan, taglay nila galak, tuwa,
Ang maghapong mga pagod, napapawi sa nobena,
Walang hindi nalulugod, kapag lahat ay nagsayaw,
Mga bata at matanda, tagpu-tagpo sa simbahan,
Kaibigan, kamag-anak, kahit taga-ibang bayan,
Doon sila nagdaraos, pasalamat kay San Clemente,
Sa natanggap sa maghapon, sa nalasap na biyaya,
At pagdating sa tahanan, kasiyahan at ligaya,
Damang-dama sa nobena at sa maliit nilang dampa.

## VIII

### Novena to St. Clement

Nine nights yearly before November twenty-three,
A *novena* is held for our *San Clemente*,
In worship and thanksgiving to God Almighty,
For blessings received through His saint, martyr and holy.

As soon as prayers end, a band strikes up a lively air;
In the well-lit *patio*, there's dancing here and there;
To the beat of the band, the folks cast away worry;
Everyone is happy dancing contentedly.

Fireworks and sparklers enliven each joyous evening,
Of dancing revelers as church bells keep ringing,
Their tiredness from hard work in the very long day
In the dancing merriment is carried away.

Young and old coming out of the church join the throng;
Relatives, friends, strangers, anywhere they belong,
Praise St. Clement's intercession and example,
And thank God for graces he obtained for them all.

When they return home filled with joy within their hearts,
Still lingering in their ears gay sounds of the march,
Divine novena and evoked self-worth that match
Retain bliss in families in their simple huts.

# IX

## Pista ng Barrio

Matapos na masaksihan, ang tanawing magaganda,
Ang paningin ay ibaling, pagdiriwang tawag *pista*,
Pistang Bayan ng Angono, Patron naming San Clemente,
Tuwing Nobyembre 23, pagdiriwang ginagawa,
San Isidro ginaganap nagdiriwang tuwing Mayo,
Pista naman ni San Roque, ginaganap kung Agosto,
San Pedro idinaraos, nagdiriwang sa Mahal na Araw,
Ang Pista ni San Vicente Ferrer, kung buwan ng Abril ginaganap,
Bawa't barrio nagdiriwang, kanya-kanyang Patrong Poon,
Mga Santo iginagalang, kasayahan nagdaraos.


# X

## Simbang-gabi

Pagkatapos ng Nobyembre, ang kasunod ay Disyembre,
Ika-25 nitong buwan, idaraos tawag, *Pasko*,
Mamamayan ng Angono, kaugalian nagdaraos,
Nagtutungo sa simbahan, tawag nami'y simbang-gabi,
Kung turinga'y simbang-gabi, 'daling araw kung iraos,
Ginigising ng tugtugin mga taong natutulog,
Nitong banda ng musiko sa bayan ay naglilibot,
Nagbubunyag, nagsasabi, oras ito ng pagbangon,
Sa simbahan ay magtungo, simbang-gabi'y nakatakda,
Siyam na gabing ginagawa, hanggang kaarawan nitong Pasko,
Mga bata'y nagmamano, sa matanda, ninang, ninong,
Kung Bisperas nitong Pasko, ito'y huling simbang-gabi.

## IX

### Barrio Fiestas

Every small *barrio* celebrates
The feast day of the patron *saints*.
*Barrio San Isidro* in May
Honors the saint with the same name.
In August is the festivity
In the barrio of *San Roque*.
The feast day of *San Vicente Ferrer*
In *Ibayo*, is in April summer.
*San Pedro* of E. de la Paz Street
Is honored on a day in Lent.
*St. Joseph*, the holy spouse,
Is feasted by kinsmen in March.
Each barrio in Angono remembers
Its guardian saint with feasts and prayer.


## X

### Nine Nights to Christmas

In Angono, *simbang-gabi* is how it's known;
Actually it starts in the dark hours of dawn;
It is also called the *Misa de Gallo*,
Beginning in the wee hours of the morn as cocks crow.

"Wake up! Get up! To church, let's go. To church, let's go."
Nine nights to Christmas, we look forward to *Pasko*;
The last novena night – Christmas Eve – the highlight,
When wondering children gaze at three stars so bright.

# XI

## Misa de Gallo

Mga tao'y nagsisimba, sa dami ay nagsisikip,
Kabataa'y nakatanaw, lahat kami'y nakatitig,
Nadarama kagalakan, kaming lahat nakangiti,
Kapag aming napagmasdan, tatlong *parol* na maputi,
Malalaki at may ilaw, nakabitin sa kisame,
Unti-unting kumikilos, nanggagaling sa likuran,
Mga taong nakaharap sa dambana'y nagdarasal,
Dahan-dahang lumalapit, magkatabing tatlong parol,
Sa dambanang may *sabsaban*, nakahimlay batang Jesus,
Mga awit, himig Pasko, mga tao'y nakikinig,
*Misa de Gallo* kung tawagin, espesyal na pagdiriwang,
Mamamayan ng Angono, hinihintay taun-taon.


# XII

## *Pasko*

Kaarawan nitong Pasko, akay-akay ng magulang,
Mga mahal nilang anak, Lolo't Lola hinahanap,
*Nagmamano't* bumabati, "Maligayang Pasko sa inyong lahat,"
Tanging pakay ng magulang, makilala mga ugat,
Nitong angkan at pamilya, pinanggalingan nilang lahat,
Kahit walang aginaldo, mga handog at papasko,
Kabataa'y masasaya, masisigla't naglalaro,
Sa laruang napamasko, kaarawan ng Poong Diyos.
Bawa't bahay ay may handa, kahit mangga pati suman,
Iba nama'y mga prutas, nakahanda sa dadalaw,
Maging ito'y kamag-anak, mga batang inaanak,
Kahit tao'y mahihirap, buhay nila'y maligaya.

## XI

### Christmas Eve

Churchgoers filling the church to capacity,
Children craning their necks, waiting expectantly,
With big, wide-eyed, wondering orbs filled with love,
At the three huge lanterns hanging high from above.

In innocence, we are awed by each twinkling star,
And how each moves forward very gently from afar,
O'er undistracted, serene grownups in prayer
At the altar with Baby Jesus in the manger.

At the choir's crescendo – "Peace on earth, goodwill to men!"
All at once the stars glow, the bells ring, we listen;
The last Midnight Mass, the *Bisperas ng Pasko* –
Christmas Eve – yearly, grandly done in Angono.

## XII

### Christmas Day

It's Christmas Day! Parents lead toddlers by the hand
To *Lolo*, *Lola*, *Ninong*, *Ninang* o'er the land,
To kiss their hands and say, "Merry Christmas, everyone!"
A custom to know the roots from where one has come.

'Tis not just the Christmas gift in cash or in kind,
Nor the toys, though kids' eyes light up and joy you'll find;
On this day of all days – our God the Son's birthday –
Christmas is really for children, so they say.

Every home has a feast, even just mangoes and *suman*,
Many other fruits on tables for everyone;
Be they godchildren, relatives or a well-wisher,
Even in simple lives Christmas lives on forever.

## XIII

### Mga Gunita

Mga pook na binanggit at tanawin sa Angono,
Hindi tutal, kabuuan, ito lamang natandaan,
"Alaala ng Lumipas," panitik ko ang nangusap,
Hingi ko ay paumanhin, sa nagawang pagkukulang,
Kayo na lang ang magdagdag sa bagay na nalimutan,
Akin itong inilahad, tanging pakay gunitain,
Nang mabalik sa *gunita*, maligayang karanasan,
Bahagi ng ating buhay, nakaraang kamusmusan,
Sa pagbuklat ng pahina sa aklat ng ating buhay,
Pakiramdam maiiba, madarama ang ligaya.

01-29-02

# XIII

## Memories

Scenic spots, lovely views, in retrospect recounted,
Not all perhaps, only those I've remembered.

With my pen, I recall memories of the past;
I beg kindness for what from my mind faded fast.

And urge you to add to what I have forgotten,
So as not to lose them – those times very golden.

My sole aim is to recapture those nostalgic days,
So that such part of our lives, time may not erase.

In turning the leaves of this book on our lives,
Nostalgia would evoke joy in the heart that thrives.

06-18-03

Sunrise, Angono, Rizal, Philippines, February 1965.

Author (left) with others at *Sapang Dulangan*, Angono, Rizal, Philippines,
March 1965.

Angono fishermen at Laguna Lake, Angono, Rizal, Philippines, 1965.

Fishermen's boats on the river.

# SAMAHANG LEMPOY

## I

Doon po sa amin, bayan ng Angono,
May magkakaibigan, na nagkatagpu-tagpo,
Orihinal na bilang ay pitong katao,
Si Nestor (1934-2002) at Jose, magkapatid silang Blanco,
Dalawa ang Tolentino, isa ay si Romeo, pangalawa'y si Mariano,
Isa pa si Totoy Jandoc Dyunyor, kasunod si Timoteo,
Na kumatha at sumulat, Saguinsin ang apelyido,
Pampito ay isang Diaz, ang pangalan n'ya'y Celso.

## II

Nakaraang mga araw, palaging magkakasama,
Araw gabi't walang gawa, sa bayan ay naggagala,
Hanggang sila'y magkaisa, magkabuklod, magkatugma,
Samahan ay itinatag, ang pangalan ay *Lempoy Club*,
Tuwing hapon nagkikita, minsan sila'y nagba-barbel,
Binabanat mga laman, nang lumakas at lumaki.

## III

Sa dilim nitong gabi, nagtitipon, nagkikita,
Nakaupong masasaya, sa ilalim ng punong *narra*,
Sa harap ng munisipyo, nitong bayan ng Angono,
Mayroon diyang natutulog, habang isa'y nagkukuwento,
Saka siya gigisingin, kapag lakad ay manligaw,
Kahit siya'y inaantok, at gusto ng karamihan,
Bumabangong walang tutol, dahil ito'y kasunduan,
Ng samahang itinatag, bawa't lakad, bawa't pakay,
Bawa't isa ay tutulong, nang marating ang pangarap,
Makiisa sa layunin, upang laging magtagumpay.

# THE *LEMPOY* CLUB

## I

Once upon a time in Angono, my hometown,
Lived friends with dreams, though each was jolly as a clown;
They had things in common – this group of kindred men;
If mem'ry serves me right, I think there were seven.

There were Jose and Nestor (1934-2002), the brothers Blanco,
Romeo (1936-2003) and Mariano, both Tolentino,
Totoy Jandoc, Jr. then Tim M. Saguinsin
Of the pen, and Celso Diaz, almost my kin.

## II

As if magnetized, we were always together;
Day in, day out, we just enjoyed one another;
Filled by common interests, we banded as one,
Called ourselves *Lempoy Club,* where friendship won.

We had spiritual warmth that brought unity;
Without coercion, we were like family;
We focused on exercise for physical strength,
Stretching muscles for brawn, for health is the first wealth.

## III

In the early evening, we'd meet and be happy,
Chatting, jesting, dreaming beneath the old *narra* tree,
Fronting the municipal hall by the main avenue,
Never running out of tales to snore on or listen to.

We'd wake up the sleepyhead, if one would go courting,
For majority rule was the reason ruling;
Disregard for others had no "place in the sun,"
This *Lempoy Club* established and agreed upon.

We clung to our values in search of character,
That is the summation of everyday habit,
That is just the repetition of the good deed,
That is the expression of thought to succeed.

## IV

Matapos ang ilang buwan, sa ganda ng pagsasama,
Ibang taong nakarinig ibig nilang makisama,
Sumapi sa mga *Lempoy*, katawan ay gumaganda,
Sa hersisyo at pagbuhat, sa pabigat na ginawa,
Pinaghalo ang semento, buhangin at saka graba,
Gumawa kami ng pambarbel, dahil mahal ang bumili,
Marami na ang sumapi sa *Lempoy Club* na samahan,
Dahil pakay pabutihin, katawan at kaisipan,
Sa Simbahan naglilingkod, may paniwala sa Lumikha,
Kasapi sa *Adoracion Nocturna*, at sa *Lehiyon ni Maria*,
Kusang-loob nagtuturo ng Katesismo sa paaralan,
Nang matuto kabataan maging mabuting mamamayan.


## V

Noong araw na nagdaan, walang malay kaming lahat,
Kung ano ang mangyayari sa buhay at kapalaran,
Palagi na sa isipan, ang matandang kasabihan,
"Habang tao ay may buhay, dapat laging may pag-asa,"
"Nasa sa tao ang gawa, at nasa Diyos ang awa,"
Sa awa't tulong ng Lumikha, buhay pa rin kaming lahat,
May nakarating sa ibang bansa, nagsikap maghanapbuhay,
Marami rin ang nagtiis, hanapbuhay sa Angono,
Ang tagumpay ay natamo, ibang *Lempoy* karaniwan
Pamumuhay hindi salat, tulad pa rin noong dati,
Magkakaibigan at magkakasama, masisigla't masasaya,
Pakisama at ugali, maka-Diyos, makatao.

# IV

Very profound friendship, wonderfully lasting,
Inspired others to join our exemplary bonding;
*Lempoy* was a misnomer; we grew brawny and strong;
Many young men wanted so much to come along.

For exercise and weight lifting we did improvise;
A homemade barbell of concrete to economize;
New members came into the organization;
To keep mind and body fit was their main reason.

In church, some joined the *Adoracion Nocturna*;
Others were members of *Legion de Maria*;
Catechism to schoolchildren we also taught;
Fulfilled were we in noble ideals we sought.


# V

In youth's innocence, we thought less of our future,
Of our fate and what our lives would have in store,
But always buoyed up with these quotes so inspiring;
"While we live, we hope," in our minds kept arising.

And "success is ninety-nine percent perspiration,
Coupled with one percent holy inspiration;"
By the Almighty's grace, our prayers have been heard,
In greener pastures abroad, or here where others stayed.

Good fortune was not elusive among us all,
To the *Lempoys* who dutifully played life's role;
No one had experienced want and scarcity;
On average or in bounty, God spread His mercy.

## VI

Tuwing aking gunitain, panahon ng kabataan,
Alaalang masasaya, dulot, alay ng tadhana,
Lahat kami'y nagtagumpay, sa buhay na tinataglay,
Ang isa ay naging bantog, Jose Blanco isang pintor,
Ang dalawa'y marinero, Timoteo at si Nestor (1934-2002),
Isang Celso, Merchant Marine, ang iba ay negosyante,
Panalangin sa Lumikha, nawa'y sila'y 'di magbago,
Kapag kami'y nagkikita, nagtitipon, naghahanda,
Dati pa ring kagawian, noong kami ay binata,
Mayaman man at mahirap, dati pa rin ang ugali,
Hawak ngayong karangalan, hindi dapat ipaghambog,
Hindi dapat na magyabang, ngayong sikat saka bantog,
Buhay nating hawak ngayon, hiram lamang sa Poong Diyos,
Kapag buhay ay binawi, balik lahat sa alabok.

01-28-02

## VI

Every time I'd gratefully view in retrospect
Those youthful times, I can't help but be circumspect
And amazed and humbled at the triumphs we've had,
In the course of time through the varied lives we've led.

Jose Blanco, with palette and brush, rose to fame;
Tim and Nestor (1934-2002) carved Navy men's skills to their name;
Celso was a Merchant Marine on the high seas;
And others honed their craft in trade and business.

Let not fame and fortune efface our values, O God,
Make us inspired by how each was as a lad;
Profoundly character ingrained in our manhood
Prevailed in us; material gains helped where they should.

Honors garnered are not reasons to brag about,
To lift one's own bench, or to the world sing and shout;
What we are now is the Almighty God's gift to us;
How we love and serve others is our gift to God.

06-18-03

# ANG MANANANIM

## I

Ang magtanim hindi biro, nakayuko ka maghapon,
Sa tubig ay nakalusong, sa putik ay nakatuntong,
Sa taginting ng gitara, masasayang mga tugtog,
Sumasabay sa pagpili ng daliri sa bulubod,
Isa-isang nagbabaon ng pananim sa putikan,
Pantay-pantay kung magtanim dahil sila'y mga sanay,
Sa lawak ng kabukiran, ulanin man at arawan,
Tuloy pa rin na magtanim dahil ito'y hanapbuhay.

## II

Manggas nila'y mahahaba, suot-suot ang salakot,
Kahit ulan, kahit araw, handa sila sa panahon,
Kapag sila ay nagtanim simula pa sa umaga,
Hindi dapat na magtigil dapat hapon ay tapos na,
Kapag hindi naitanim bulubod na nakahanda,
Masasayang mga gastos, mga binhi malalanta,
Manananim, masisigla, malalakas, masasaya,
Kahit sila'y napapagod, nakangiti, nakatawa.

## III

Noong ako'y lumalaki, nakikita, namamasid,
'Pag panahon ng taniman, damit nilang bihis-bihis,
Wala halos nakikita sa balat na kaligatan,
Maghapon kang nakabilad sa araw na naglilitik,
Sakit, kirot, hirap, pagod, ang lahat ay tinitiis,
Dahil ito'y hanapbuhay kung panahon ng tag-ulan,
Kapag hindi ka nagtanim, walang bayad mga oras,
Wala tuloy ibibili, ng pagkaing kailangan.

01-17-02

26

# THE RICE PLANTERS

## I

Planting rice is no fun, bent from morn till set of sun,
Feet and legs soaked in muddy waters one can't shun;
Guitar accompaniment of lilting music,
Fingers plucking the seedlings have to be quick.

Thrusting them precisely into the soft ricebed,
At the same time, in straight lines, not late or ahead;
In the vastness of the rice fields in rain or sun,
It's their means of livelihood, though it's never fun.

## II

In long-sleeved work clothes, native hats called *salakot,*
The rice planters move in the heat or in the cold;
Once they begin the planting in the morning,
Work goes on till before sunset; they keep moving.

Rice seedlings prepared must cover the acreage;
High production costs bar avoidable wastage;
At work farmers are willing, able and strong,
In spite of their weariness when days seem so long.

## III

Old, odd garments provide the needed protection
To brown-skinned complexion in the planting season,
To shield arms, legs and faces from scorching heat,
Engulfing them all day from their heads to their feet.

Aching muscles, sore backbones, these they do endure,
In planting time, 'tis the seasonal job for sure;
Not availing oneself of this opportunity
Squanders time to squelch hunger and fill pockets empty.

06-18-03

# ANG MANANAHI

## I

Nakakatandang kapatid, ng minumutya naming ina,
Hinahanap naming lagi, kung tawagin nami'y tiya,
Katulong sa kabahayan, sa maliit naming dampa,
Gawain at hanapbuhay ay magtabas nitong tela,
Mananahi, magsusulsi, mga damit na nasira,
O di kaya ay magbuo at magtugma nitong saya,
Maging ito'y *polo barong*, o damit ni *Maria Clara*,
Pamangkin at kamag-anak, naghihintay umaasa,
Kapag mayro'ng pagtitipon, tiyahin ay hila-hila,
Dahil siya nagdudulot kagalakan pati tuwa.

## II

Marami siyang tinatahi, patahian pa sa *Pasig*,
Minsan lamang kung umuwi sa bayan naming ginigiliw,
Na Angono ang pangalan, palagi s'ya hinahanap,
Mahusay siya na mag-ayos, manahi ng mga damit,
Kung panahon ng graduation, hindi siya natitigil,
Na magtugma at magsukat, damit nilang gagamitin,
Sa pagtanggap ng diploma, sa araw ng pagtatapos,
Matiyaga niyang tinatahi kailangang mga damit,
Upang lapat sa katawan, kabataang magtatapos,
Magulang ay masasaya, pag-aaral nakaraos.

01-18-02

28

# THE DRESSMAKER
### (The Seamstress)

## I

My dear mother cared for this elderly sister,
Fondly, she was our aunt, but more like a mother.

Indispensably helpful was she in our home,
Yet was a provider with her chosen vocation.

Cutting cloths, sewing them, and repairing dresses,
Or producing whole shirts, skirts and pretty blouses.

Long gowns for *Maria Claras*, for men *polo barong*,
Sewn for nieces and nephews, anyone who came along.

On special occasions, customers were plenty;
For through her needle and thread, she made them happy.

## II

When in a *Pasig* clothes shop, she was in demand;
She couldn't come home; there she lent a helping hand.

Loyal customers in town missed her very much,
Proof of how excellent she was in her own craft.

For school graduation exercises each year,
Students with their parents sought her from far and near.

Her clothes were affordable, always in fashion,
Which people chose regardless of social station.

It was no wonder that she was most sought after,
This famous, humble model of a dressmaker.

06-18-03

# ANG BARBERO

## I

Noong aking kabataan, 'pag mahaba na ang buhok,
Hinahanap ang barbero, upang buhok ay maputol,
Barbero ko'y aking tiyo, sa paggupit walang tutol,
Kahit ano ang gusto mo, sabihin lang nang maayos,
Pakinisin o pantayin, nasa tuktok o sa batok,
Ang buhok ay tinatabas, inaayos, hinahagod.

## II

Kapag ikaw ay umupo, sa silya ng barberuhan,
Balabal ay isasampay, itatali sa likuran,
Upang hindi ka mapuno ng buhok na napuputol,
Hinahati yaring buhok, ginugupit, inaayos,
Buhok agad nalalagas, sa talim ng kanyang gunting,
Hinuhubog ang palibot ng bihasang manggugupit.

## III

Tandang-tanda ko pa noon, tuwing ako'y magpagupit,
Gustung-gustong maririnig, ang tunog ng kanyang gunting,
Tila baga umaawit, habang buhok ginugupit,
Ang suklay ay humahagod, habang gunting nagngangalis,
Kapag ayos na ang gupit, ang susunod nama'y ahit,
Ang pang-ahit ay matalim, labaha ang ginagamit.

## IV

Bawa't taong magpagupit, hindi dapat na tumutol,
Ang ulo'y dapat matatag, hindi dapat na malikot,
Kapag ulo'y ipinaling, agad-agad na susunod,
Mauukit mga buhok, gupit, ahit 'di maayos,
Kahit ika'y punong-bayan, o hari ng isang bansa,
Barbero ay dapat sundin, upang gupit ay matugma.

01-17-02

# THE BARBER

## I

In my youth, whenever my hair needed grooming,
There was my favorite guy who'd do the cutting;
He was my uncle who worked without complaining;
Any cut he'd do; he was able and willing;
Crew cut, long sideburns, close-shaven nape, crown balding,
He'd do the trimming, fixing, and caressing.

## II

As soon as you're seated on his revolving chair,
No time's wasted; he cloaks you fast 'round the shoulder,
To protect you from hair, he snips all over,
With his gleaming scissors, always sharp as ever;
Parting this way and that, combing, cutting the hair,
And amusing you, too, with "tales of the barber."

## III

In each haircut session, I remember vividly,
The scissors' staccato sounds snipping rapidly,
In *contra-tiempo*, I think I'd hear a melody
From the fast, furious scissors and comb moving gently;
When cutting was done, came shaving meticulously,
Lest the long razor may nick unexpectedly.

## IV

One who submits himself to his ministrations
Should resign himself in humble submission;
If the barber turns the head to one direction,
A jagged trim may result from opposition;
Mayor, king, or one in exalted position,
For a good haircut, he bows to the barber's discretion.

06-18-03

31

# ANG MANGINGISDA

## I

Kahit pusikit itong dilim, hindi niya alintana,
Ginagamit na patnubay, maningning na mga tala,
Lumalalim itong gabi sa langit ay nakatanaw,
Upang mapag-aralan n'ya magiging takbo ng panahon,
Pinakikiramdaman n'ya, pagaspas ng mga dahon,
Kung ang hangi'y lumalakas, kung ang ulan ay bubuhos.

## II

Kung sa kanyang pakiramdam, ang panahon ay maganda,
Ginagamit niyang lambat ay palaging nakahanda,
Kasama ng kanyang sagwan, pagkain ay dala-dala,
Kahit gabi'y lumalalim, gawain n'yang pangingisda,
Tahimik s'yang umaalis, patungo sa karagatan,
Magsisikap makahuli, kahit anong klaseng isda.

## III

Madaling araw 'pag natanaw ang silahis nitong araw,
Mga anak sasalubong, magtutungo na sa lawa,
Nasasabik na makita, amang mahal mangingisda,
Pabalik na s'ya sa daungan, nakalulan sa bangka n'ya,
Pagdating n'ya sa katihan, bangka niya'y igagantong,
Sa kawayang nakahalang na mataas pa sa tubig.

## IV

Upang kanyang patuyuin, sa init ni Pebong araw,
Pati basang mga lambat, nakasampay, nakabilad.
Marami man o kaunti ang huli n'yang mga isda,
Dinadala, hinahakot ng ama kong mangingisda,
Sa bahay ay pipiliin, kakainin, ititinda,
Sa maliit na palengke, bayang Angono minumutya.

01-17-02

# THE FISHERMAN

## I

The utter, desolate darkness doesn't bring him fright;
Direction he has from the twinkling stars' guiding light;
Amid the gloom, at the bleak sky he sets his sight
To determine what the weather is into the night;
Hearing keenly rustling trees swaying left and right,
Wind and rain foretell a storm a-brewing with might.

## II

If the signs in nature predict a good weather,
Without delay his fishing nets he would gather,
His oar, his midnight snack, his other fishing gear;
While his loved one's asleep, he rows far beyond the river,
Expecting a good catch out in the lake's deep water;
It's his duty to his family as loving breadwinner.

## III

In the wee hours of dawn, as sunrays peep o'er the land,
He knows his children will come to meet him hand in hand;
He imagines them scampering in glee o'er the sand;
And in his *banca*, they'll see what fish could be had;
The fisherman father says to himself, "Not bad,"
As he hangs his nets on poles ashore and thanks God.

## IV

Leaving the nets to dry in the brightening sun,
He heads for home following his children, one by one;
With a big catch or a lean one, to be home is fun,
Safe and sound by His mercy to the loved ones' bosom,
Who'll sort the catch – most for sale, the rest for consumption;
Thanks God for his bounty through this occupation.

06-18-03

## Salaysay ng Mangingisda

### I

Nalaman at natutuhan, salaysay ng aking ama,
Siya pala'y nakaranas na mabagyo't mahanginan,
Bagyo'y bigla nang dumating, hindi na siya makaiwas,
Agad siyang nanalangin, Poong Diyos na Lumikha,
Nawalan ng malay-tao, dahil sa lakas nitong bagyo,
Sa pagod 'di nakayanan, unos, agos, hangi't ulan.

### II

Nang siya ay matauhan, sa gilid ng isang pampang,
Siya pala ay malayo, ipinadpad ng tadhana,
Sa lakas ng bagyo't hangin, tangay-tangay nitong agos,
Ibang bayan nalunsaran, buhay pa rin kahit pagod;
Ang akala ng pamilya, ang ama ko ay pumanaw,
Humuhugong itong hangin, dala-dala nitong bagyo.

### III

Matatalim mga kidlat, dagundong ng mga kulog,
Walang tigil itong ulan, tumataas pati tubig,
Napupuno na ang ilog, nagsimula nang bumaha,
Lumipas ang mga oras, sumikat na itong araw,
Napag-alam sa balita, buhay pala aking ama,
Tangay-tangay nitong agos, nasagip s'ya sa sakuna.

### IV

Natauhan sa Paete, lalawigan ng Laguna,
Hindi dapat ipagtaka, mga tao'y mangingisda;
Sa dinanas niyang hirap, itong abang mangingisda,
Buhat noon ay maingat, kapag siya'y nasa gitna,
Nitong Lawa ng Laguna, agad-agad naghahanda,
Na bumalik sa katihan, kapag kanyang naramdaman.

# A Fisherman's Tale

## I

'Tis a tale of merciful fate in a man's life,
During a storm that caught a fisherman in strife;
(It's bad enough when on land a storm comes suddenly;
It's worse when at sea it blows with intensity.)
He tried to survive and pray to God with all his might,
But 'mid big waves, fierce winds, strong rains, he lost the fight.

## II

Exhaustion robbed him of consciousness; later, when he arose,
He found himself dazed and weary on a strange coast,
Where mighty waves and winds had tossed him to the beach;
Dead tired, but thankful for life, though none within reach ...
At the height of the storm, his worried kin dared hope;
Loud as the thunder their prayers rose; they didn't just mope.

## III

Lightning flashing bright, thunder reverberating,
Rain unabating, flood waters o'er land rising;
The family kept praying; their fears hope did allay;
When through the clouds at last, the sun burst on a new day,
Bringing the family the news most awaited –
An Angono angler was found; Father was not dead!

## IV

Paete, Laguna shores was where he was saved,
By some fishermen like him who were kind-hearted;
This tired fisherman from the travails he went through
Learned a lesson of vigilance and carefulness, too;
To be keenly aware of the changing weather,
To row back to safety and flee fast from danger.

## V

Ang hangin ay lumalakas, dumidilim kalangitan,
Agad siyang lumilisan, balik agad sa daungan,
At nang hindi na maulit bagyo't hanging naranasan,
Kahit siya'y walang huli, umuuwi kapagdaka.
Upang kanyang makapiling mga anak at pamilya,
Pag-aala-ala'y mawawala, malayo siya sa sakuna.

## VI

Ganyang-ganyan yaring buhay sa Angono aming bayan,
Mga isda hinuhuli, sa may Lawa ng Laguna,
Minsan-minsan ay marami, minsan nama'y kakaunti,
Bangus, biya, at talilong, dalag, hito at kanduli.

## VII

Nahuli n'yang mga isda, oras na siya ay dumating,
Sa daungan o sa bahay, agad-agad pinipili,
Ang dapat na ipagbili, ang natira'y iuuwi,
Sa pamilyang naghihintay, upang sila'y may makain.

## VIII

Sa hirap ng pangingisda, kahit sino sa pamilya,
'Di makuhang makapasok sa mataas na paaralan,
Lalo na sa pamantasan, tutungo pa sa Maynila,
Wala't kulang pampasahe, dahil hirap ang pamilya.

## IX

Kaya lamang nag-aaral, sa tulong ng tiyo't tiya,
Dahil sila'y may maayos, hanapbuhay ay magsaka,
Upang sila'y may makain, kabataa'y nagsisikap,
Tumulong sa pangingisda o magpastol ng kalabaw.

01-17-02

## V

Since then, when skies would darken, he'd move at once,
And head for the shores to avoid foreboding signs;
It was believing that "an ounce of prevention
Is always worth more than a pound of medication;"
Notwithstanding, if his nets and *banca* were empty,
His folks' peace of mind, his safety, were his priority.

## VI

That experience of my father I mustn't forget;
It summarized the kind of life that we had led;
Persevering through fishing in Laguna Lake,
So that in our life, both ends could we meet and make,
With *bangus, biya, dalag, hito, kanduli,*
Any aquatic resource from nature's bounty.

## VII

This catch of plenty or scarcity met our needs,
When sold in bulk on the shores or elsewhere retailed;
The sales brought in finances for our livelihood;
There was some set apart for the family's food,
For the kinsfolk praying for the Lord's providence
For body and soul, by my father's diligence.

## VIII

Devoid of luxury – that's how we did exist;
Means were barely enough for all of life's basics;
How then could we aspire for higher learning,
When in material resources we'd be wanting?
Just by Father's perseverance and relatives' help,
A full high school background did we completely have.

## IX

This fisherman's narrative shows how some life could be ...
Of struggles, of faith, of love, of God and family;
In Angono, my hometown, these etched vivid dreams,
In my heart, in my spirit, to strive by all means,
So that my father's endeavors would not be in vain,
Achieving more, despite a degree less to my name.

06-18-03

# ANG MANLILILOK
## (ANG ISKULTOR)

### I

Ang Iskultor ay tahimik, matiyagang sinusuri,
Inuukit, nilililok, tanging kahoy na pinili,
Katauhan ng dalagang kagandaha'y bukod-tangi,
Namumukod, kakaiba, tanging ganda ay mayumi.
Matiyagang pinagmasdan, sinipat at tinitigan,
Nilapita't hinawakan, hinagod na dahan-dahan,
Ang kahoy na nilililok, inuukit kagandahan,
Halintulad ng modelo na may taglay na kariktan.

### II

Kasiyahan ay nadama, nang makita at masuri,
Ang inukit na dalaga katulad ay *lakambini*,
Balingkinitang katawan, hubog kandila daliri,
Hinuhubog, inuukit, tanging-tangi at may uri.
Ang dalagang Pilipina, lahi't tubo sa Angono,
Pambihira kagandahan, sulyap, titig ay maamo,
Ang kulay ay kayumanggi, walang kilos nakatayo,
Sa tabi ng inuukit kapareho ng *modelo*.

### III

Ginamitan ng martilyo at ng pait na matalim,
Tinularan at hinubog ang modelong mapang-akit,
Mga binti, mga hita, ang balakang, pati dibdib,
Kamukha't kahalintulad ng dalagang walang damit.
Nang simulan ng Iskultor ang kahoy na isang putol,
Inuukit nitong pait at martilyo ipupukpok,
Minsan siya'y nakatayo, nakaupo't nakaluhod,
Habang kanyang kinokopya katawan ay hinuhubog.

# THE SCULPTOR

## I

He is a deep thinker, keen observer – the sculptor,
Choosy in design and material as a noted wood carver;
If it be a woman he chooses as model,
Physical beauty she has without parallel.

Once I noticed him at work in his studio,
How painstakingly he established his point of view;
Peering sharply, sculpting deftly, as if by magic,
Transforming the model's likeness to the woodblock so thick.

## II

His face glowed truly with serene happiness,
At sight of the sculpture's emerging loveliness;
Truly she'd be a goddess of beauty, from her lips,
To the slender waist, to the tapered fingertips.

She'd be the Pilipina, maiden of this race,
Come to life by this sculptor's skill and expertise,
With inspiration from his model unmoving,
Standing still in the gaze of his eyes scrutinizing.

## III

Armed with a hammer and chisel for carving,
He brought out the model's charms so captivating;
Her shapely legs, her thighs, her pelvis, her breasts,
In the wooden mould, he visualized the rest.

The sculptor began his piece on just a wooden block,
Hammering with controlled force, not as on a rock;
He stood, then sat on his haunches, knelt peering down,
Rose again, seeing beauty in imagination.

## IV

Hawak-hawak ng kaliwa itong pait na matalim,
Kanang kamay may martilyo ipupukpok nang mabilis,
Nang maukit at matulad sa modelong walang imik,
Kinokopya ang dalaga, sabay ukit, sabay tingin.
Sa tiyaga't pagsisikap, dalubhasang manlililok,
Tanging angking kagandahan ng modelong walang kilos,
Inuukit, isinalin sa piraso't piling kahoy,
Parang buhay kung titigan, tanging gawa ay maayos.

## V

Upang maging magkamukha at lubos na magkatulad,
Pinakinis, pinareho, pinagbuti katauhan,
Nang inukit at hinubog upang hugis ng katawan,
Kahalintulad ng dalaga pambihira kagandahan.
Nang matapos ang proyektong hinuhugis ginagawa.
Pinagmasdan ang modelong mapang-akit na dalaga,
Nilapitan, tinitigan ang nayaring eskultura,
Kasintulad ang katawan, magkahugis, magkamukha.

04-13-02

40

## IV

In his left hand, the very sharp chisel he gripped;
With his right hand, the block mould was knocked at and chipped;
Shaping, emulating the model's curves so salient,
Intensely he peered, pounded, continued without relent.

The inspired sculptor, unmindful of the time,
Was enveloped in fantasy without reason or rhyme,
Transferred the mesmerizing beauty in his vision,
Until it seemed a truly lifelike creation.

## V

The copied and the sculpted were now both matching;
Still he smoothed and honed till nothing more was wanting;
The unsurpassed, arresting, angelic beauty
Had evoked in the artist supreme fantasy.

When the masterpiece was triumphantly done,
In disbelief, the sculptor marveled at this one;
He exclaimed, "They're identical in each feature!"
As he viewed his look-alike model and goddess-like sculpture.

06-18-03

Angono Fiesta – St. Clement Fiesta, Virginia Beach, Virginia, U.S.A.,
November 1994.

Lakeshore, Laguna Lake, Angono, Rizal, Philippines,
February 1965.

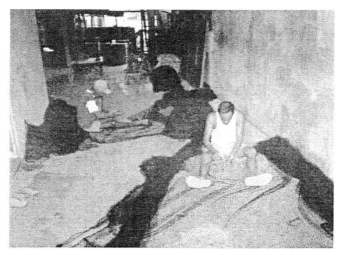

Angono fishermen mending *lambat-pukot*, Angono, Rizal,
Philippines, February 1999.

## ANG *MAMUMUKOT*

(Taguri o tawag sa mga mangingisda na
sumasama sa pangkat ng pukot
sa bayan ng Angono.)

Munting bayan, tabing-lawa na Angono ang pangalan,
Naglalakad *manunundo* sa gitna ng kadiliman,
Isa-isang sinusundo sa kanilang mga bahay,
Mga taong mangingisda, ginigising, tinatawag,
*Mamumukot* ang taguri sa bayan kong sinilangan,
Upang sila ay maghanda, magtungo sa tabing-dagat,
Habang hindi sumisikat ang araw sa silanganan,
Mamamayang masisipag, mangisda ang hanapbuhay.

Nakahandang kagamitan, dala-dala nakabalot,
Magtatagpo, magkikita, sa tagpuan isang pook,
Sa gilid ng tabing-lawa, tawag *Wawa* sa may look,
Doon nila aayusin mga gamit at abubot,
Lalo na ang mga lambat, mga sagwan pati gaod,
Ilululan isa-isa sa malaking *bangkang pukot*,
Sabay-sabay itutulak ang bangka ay ibubunsod,
Sa tubig na hanggang tuhod upang sila'y pumalaot.

Ang pangkat ng *mamumukot*, nakalulan sa *bangkang pukot*,
Sabay-sabay sumasagwan, lahat sila'y gumagaod,
Upang bangka pumagitna, sa lawa ay pumalaot,
Sa tungkulin kanya-kanya, sa gawain tulung-tulong,
Kapag bangka ay dumating sa gitna ng karagatan,
Dahan-dahan, unti-unti, ilaladlad dalang lambat,
Mamumukot malalakas, mangingisda masisipag,
Matiyagang hinihila *panghuli* ng isdang dagat.

Habang bangka lumilibot, samantalang sumasagwan,
Pukot lambat ihuhulog na may *pataw* at *pabigat*,
Maayos na ihahanay, pabilog na ilaladlad,
Nang makulong at malikom mga isdang kailangan,
May *parol* na ginagamit, bilang tanda nitong lambat,
Sa dilim ng hating-gabi malaman ang pinaglagyan,
Upang agad masiyasat, at nang hindi sagasaan,
Mga ibang mangingisda sa laot ng karagatan.

# THE *MAMUMUKOT*

(The word *mamumukot*, unique to Angono, is the name
by which a fisherman belonging to a cohesive
fishing team or group, *pukot,* is known.)

Angono is a small coastal town by Laguna Lake;
In the streets walks a lone figure calling men to awake;
One by one, in the still darkness he fetches his peers;
This *manunundo* calls the *mamumukot* as he nears.

With his loud voice, he beckons his comrades to get up,
To go to the coast; first, a hot coffee cup to gulp;
Then he hikes before the break of dawn from the east hills;
By this means of living, his family's needs he fills.

Carrying their own gear wrapped early in the evening,
The men go diff'rent ways to the planned place of meeting;
By the coast called *Wawa* at the fringe of Laguna Lake,
There they sort, arrange the things they would take.

Especially the fish nets, the large paddles and oars,
To load carefully into the huge boats, known as *bangkang pukot*;
Then together they would push the boats to the water,
As far as knee-deep height to be ready to row farther.

The boisterous *mamumukot* in their *bangkang pukot,*
Row simultaneously with no reserved energy lost,
To take the huge boats farther out in the deep, open sea;
They'd work together as a team, each aware of his duty.

When the large boats are already out in the deep, blue sea,
They would unfurl the nets into the depths slowly, carefully;
As the emptied *lambatan* boat drags down the nets away,
'Tis the men's strength, endurance put to heavy test all day.

They steer their course in a wide ring by their skill as they row;
Pieces of stringed wood attached to the nets weigh them down low,
Patiently with care in the path till the circle's complete,
Enclosing the fish in, which hopefully will be replete.

Small, light lamps marking the path of the circling heavy nets,
Flicker in the dark sea lighting the direction set,
So that the immersed nets won't be accidentally snagged
By other teams of *pukot* in the darkness of the night.

*Mag-aalagang* mangingisda ang tungkulin magsiyasat,
Tinitiyak na mabuti, nakapondo dulong lambat,
Upang hindi mapatinag ang *pabigat* sa putikan,
Habang bangka kumikilos, naglaladlad dalang lambat,
Matipunong mga bisig, *mamumukot* binabanat,
Pabilog na hinihila, basang lambat na mabigat,
Upang isda ay makulong at madaling mahadlangan,
Nang pumasok sa patibong at mahuli sa kulungan.

*Mag-aalaga* sumisisid sa lalim ng tubig dagat,
Matiyagang tinitiyak, maayos na nakahanay,
Mga lambat dugtung-dugtong, palibot na nakaladlad,
Nang malipol at mahuli isdang Lawa ng Laguna,
Kanya-kanya ang gawain, kaanib sa bawa't pangkat,
May utusan tawag *bonggoy*, baguhan at nagsasanay,
Upang maging dalubhasa at bihasang *mamumukot*,
Lahat ng *gawaing-kamay* nakaatang sa balikat.

Iba't iba mga pangkat *mamumukot* mangingisda,
Dalawampu o tatlumpu, kasapi sa ilang bangka,
Bawa't isa'y may tungkulin na dapat na isagawa,
Upang maging matagumpay manghuli ng mga isda.
Ang ilan sa mga *pangkat* tandang-tanda sa gunita,
Isang pangkat tawag *Kuping*, *Marahas* ang pangalawa,
Ang pangatlo'y tawag *Banez*, *Bukayo*, *Pugo* ang iba pa,
Kababayang *mamumukot* sa Angono minumutya.

Kapag *pukot* nagkapalad, huling isda ay marami,
Ang mayorya'y nakabukod, mga isda pinipili,
Pinapakyaw ng *rigaton* ang lahat ng malalaki,
Ibang huli dinadala sa palengke ipagbibili,
Ang lahat ng napagbilhan, iipunin, bibilangin,
Ibibigay ang kaparte, bawa't isa'y may kahati,
Alinsunod sa tungkulin bawa't tao'y may bahagi,
Kapag gawa ay mahirap ang bahagi ay malaki.

Pagkatapos na malikom ang nahuling mga isda,
Isa-isang kinukuha ang lambat na basang-basa,
Isasakay na maayos sa may daong nitong bangka,
Dahan-dahang inaalis ang lumot at ibang isda,
Habang lambat inaangat sa tubig ay kinukuha,
Inaalis mga dumi sa lambat ng mangingisda,
Tubig tabang ang pambanlaw sa lambat na napinsala,
Mga tibo ng kanduli dahilan ng pagkasira.

*Mag-aalaga*, the hands-on divers who are so skillful,
Entrusted with fixing down the nets that those above pull,
Are the men with distinct ability to hold long their breath,
With marvelous staying power underwater at length.

Diving into the depths, feeling, "seeing" with deft hands,
Ensuring they are imbedded – the heavy nets' ends,
With the *pabigat* or burdening anchors below;
Upon God with these men depend, if the catch will grow.

Within this team of *mamumukot*, there's work arrangement,
Lowest rank is the *bonggoy*, young men on "experiment;"
They are newcomers, apprentices learning the trade,
Doing errands, the simplest chores that have to be made.

In Angono, there were many known groups, or *pukot,* then,
Comprising each team were about twenty to thirty men,
Each with loyalty to perpetuate the business
To contribute to its steadfastness and ensure its progress.

Some of these *pukot* I can count on each finger,
There was one of *Bukayo, Marahas* another,
*Kuping, Banez, Pugo* – the owner-capitalists
Giving Angono a vocation, a means to subsist.

When the *pukot* is blessed by lady luck with a good catch,
The fish are sorted out; laid aside is the greater part,
The biggest fish go to the *rigaton*, the bulk buyers,
The rest are taken to market for retail consumers.

The total proceeds, from the big and small sales are added,
And based on one's task are proportionately divided;
Everyone gets the fruit of his labor – a share indeed just,
Matching one's work – the larger pay for the harder task.

When the just division in cash and in kind is over,
The nets are gathered; they're heavy, dripping wet as ever,
And there laid out carefully on the partly docked boat,
Where entangled moss, tiny fish, slimy debris are plucked.

Lifting the nets gently is a job so time-consuming,
Pulling out seaweeds and aquatic debris remaining;
Next the fishnets are rinsed, and the torn parts are discovered,
Caused by fins of the catfish very sharp and pointed.

Ang susunod na gawain, patuyuin basang lambat,
*Bangkang pukot* binabaybay mga tulos na kawayan,
Itinayo na *sampayan* malapit sa tabing dagat,
Habang bangka kumikilos basang lambat isasampay,
Sa kawayang nakahalang nang mabilad sa arawan,
Pagkatuyo sa sampayan, iaahon, ilalatag,
Sa baybayin na malawak, *Dulong Wawa* ang pangalan,
Upang agad kumpunihin ang sira ng mga lambat.

Mangingisda binubuo malalaking mga butas,
*Maghayuma mamumukot* dalubhasa at mahusay,
Mga sira tinatahi sa lambat na nakalatag,
Lagi nilang inaayos, maihanda mga lambat,
Upang hindi makalusot mga isdang kailangan,
Pabutihin ang *panghuli* ng isda at lamang dagat,
Sa oras ng pangingisda sa gitna ng karagatan,
Taga-Angono *mamumukot* masinop na mamamayan.

Ang buhay sa tabing dagat sa may Lawa ng Laguna,
Kahit hirap sa gawain, sa pagkain ay sagana,
Kapag tao ay masipag, mga isda nasa lawa,
Sa tiyaga't pagsisikap, hinuhuli mga isda,
Hanapbuhay ng magulang, *mamumukot* mangingisda,
Ang ninuno't kamag-anak gawain din ay mangisda,
Kabataan natututo, nasasanay, sumasama,
Sa pangkat ng mga *pukot* sa Angono minumutya.

10-02-02

The next concern of the fishers is for the nets to dry;
The fishing boats glide slowly along the poles so high,
Posted there already on the shoreline as the netsline;
By means of the gliding *bancas*, the nets are heaved and hung.

O'er these poles line under the heat of the scorching sun,
It's quite a while before the nets dry; soon they are taken down
And spread like mats on the grassy edge – *Wawa* it is named,
Where small and big holes called net eyes are repaired and mended.

To the *mamumukot*, this chore is expected of them;
While they are amused in light banter with mock serious mien,
They mend the torn nets – *hayuma* - at which they're adept;
*Sikwan* is their needle and thread in weaving the torn net.

So that when they are used again, fish can't flee through the hole,
The nets are duly restored, woven and made durable;
This improves the production of the *pukot* industry
That Angono townsfolk do regard with dignity.

This kind of life in the waters of *Laguna de Bay*,
Provided men with the means, despite hard work they did try;
To those industrious men, God was truly merciful,
For them He made nature's resources ever bountiful.

Our parents' vocation – *mamumukot* – team fishermen,
A legacy from our forebears long ago, way back when;
Starting from young lads who learn, earn, to manhood grow,
To join the *pukot*, once the strength of my dear Angono.

06-18-03

Fishing net, or *kitid*, made by the author's father,
October 1943.

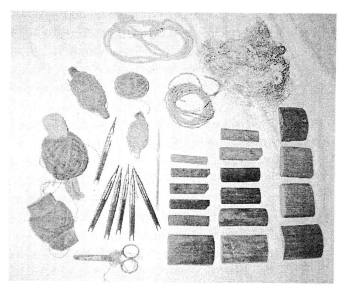

Repair kit for *kitid* net.

Duck yard, or *puya*, Angono, Rizal, Philippines, March 1965.

# ANG MAGSASAKA

## I

### Paglilinang ng Bukid

Maaga pa'y buhat-buhat, ang araro sa balikat,
*Magsasaka* hila-hila ang katulong na *kalabaw*.
Dahan-dahang tinatahak ang landas sa kaparangan,
Sa gitna ng kadiliman sa lawak ng kabukiran,
Hindi pa man nasisinag silahis ni Pebong araw,
Sa madilim na silangan, magsasaka'y nagsisikap,
Na marating ang lupain na madawag at malawak,
Upang agad maihanda na bungkalin at taniman.

Pagkatapos na marating ang *kubo* na pahingahan,
Ang alaga na kalabaw inayos at siningkawan,
Sa gitna ng kabukiran, tao't hayop ay nagbungkal,
Ang araro hila-hila ng masipag na kalabaw,
*Magsasaka* panginoon, ang kalabaw ay utusan,
Upang lupa ay bungkalin, *magsasaka* ang patnubay,
Ng matalim na *araro*, ang lupa ay nahuhukay,
Habang hila ng kalabaw sa gitna ng kabukiran.

Ang bukid na nililinang, kung panahon ng tag-ulan,
Ang lupa ay laging basa, sa tubig ay nakababad,
Laking buti kaysa tigang, kung panahon ng tag-araw,
Lupang bukid ay malambot, tataniman nitong palay,
'Di mahirap na bungkalin at madaling araruhin,
Tuluy-tuloy ang araro, sa pagbungkal ng lupain,
*Magsasaka* at *kalabaw*, walang tigil sa gawain,
Hirap, pagod tinitiis sa paglinang ng bukirin.

Masipag na magsasaka, inaayos na palagi,
Ang bukid na minamahal, pamana ng mga lipi,
Bawa't pook ng bukirin, kanya-kanya ang bahagi,
Ang malawak na lupain, pilapil ang humahati,
Nakabakod sa paligid, pilapil ang nagsisilbi,
Na pigilin tubig ulan nang mababad mga binhi,
At ang tubig ay umagos pag-umapaw sa pilapil,
Tumuloy sa ibang pook, kailangan na madilig.

# THE FARMER

## I

### Tilling the Earth

Very early at dawn, the farmer bears the plow on his shoulder;
He is on his way leading his *carabao* by its tether;
He wends his way on the footpath across the plains in view,
In the early, misty morning, they still have far to go.

Before Apollo rides his chariot to herald sunrise,
In the silence with folks still in slumber, the farmer hies
To reach his own rice field across the land where he must work,
To till the earth, to cultivate, a duty he can't shirk.

Once he's near his tiny shack, he pauses from his long walk,
Loosens the beast of its rope to harness it with his yoke;
In the vastness of the brown earth, they start to till the soil,
The *carabao* pulling the plow by the yoke eases his toil.

The farmer is the master, the *carabao* is the helper;
To break the coarse soil, the farmer is the navigator;
With the sharp plow, they are one in tilling the land;
They work as much as they can plow with the Lord's guiding hand.

The land cultivated and prepared during the rainy season
Is softened and loosened in the water that soaks it on;
It's better than in summer planting for the second crop,
When the field is parched, awaited rainfall there's not a drop.

The task is not so hard with the whole ricebed watery,
Plowing isn't drudging; the wet soil makes the job easy;
The farmer and the *carabao* set the land for planting,
The backbreaking hardships, tiredness notwithstanding.

Diligent is he tending his field continuously,
The land he has shared as part of a rightful legacy;
Every measure of land he truly knows he owns by heart,
Even the rice paddies that section the fields part by part.

Crisscrossing the fields, paddies serve as miniature dam
To regulate the water's flow when the heavy rains come;
Through the paddies the water ripples and gently it flows
Into the next ricebed, that within one's vision unfolds.

## II

### Pagtatanim

Magsasaka at kalabaw, sa oras na magsimula,
Mag-araro at magbungkal sa bukid na may pataba,
Puyat, gutom, hirap, pagod, hindi inaalintana,
Hindi sila tumitigil sa paglinang nitong lupa,
Susunod ay susuyurin mga lupang sinasaka,
Umulan man o arawin tuloy pa rin ang paggawa,
Nang matapos na maagap, kailangang maihanda,
Ang malawak na bukirin mataniman nitong *punla*.

Kapag bukid nakahanda, *manananim* ay darating,
Hawak-hawak mga punla, nakabungkos, nakabigkis,
Nakalusong sa putikan, masasayang nagtatanim,
Sa taginting ng gitara, ang *bulubod* itatanim,
Sabay-sabay kung ibaon mga punlang maliliit,
Nakayuko sa maghapon, mga hirap tinitiis,
Punlang palay itatanim, sa kumpas at mga awit,
Sa saliw ng mga himig, masiglang tugtuging bukid.

Pagkatapos ng taniman, matiyagang *magsasaka*,
Madalas na dinadalaw ang bukid na sinasaka,
Magsiyasat na mabuti, walang tigil mag-alaga,
Nililibot ang bukirin, upang lahat ay makita,
Murang palay may patubig, sa pagsibol ay sariwa,
Ang pilapil inaayos, upang tubig ay gumala,
Tumuloy sa ibang pook, kailangan na mabasa,
Upang palay ay mag-usbong, tumubo nang masagana.

Makaraan ilang linggo, ilang buwang alagaan,
Tumubo at naglakihan, lumago ang mga palay,
Kahit saan ka sumulyap, sa bukirin matatanaw,
Ang palibot nitong bayan, mga palay ay luntian,
Simoy ng hanging *amihan*, mga palay humahapay,
Mga tanim na may bunga, wari bagang nagsasayaw,
Mga hirap na tiniis, *magsasaka* nasisiyahan,
Sa maayos na pagtubo ng halamang mga palay.

## II

### Planting Season

The early steps farmer and *carabao* do undertake,
Plowing, fertilizing the soil, caring that it won't cake;
Hunger, back pains, weariness all, the farmers hardly mind;
Work ... is the means to achieve the goal in this task sublime.

Next to plowing is harrowing, which they do without fail;
That must be done in sunshine or in rain with no delay;
Better being the early bird than the diligent yet late,
Readying fields on time, for the prepared seedlings won't wait.

The rice fields prepared, the planters come in mix-match raiments,
Unmindful of the fickle burst of nature's elements;
They plant seedlings called *punla* from bundles called *bulubod*,
To the lilting guitar music in measured rhythm so good.

With rhythm and amazing skill, they do their work well;
How deep the seedlings are thrust into the mud, no need to tell;
The planting's done with dexterity and perseverance;
What a sight the seedling rows are, with planters' move backwards!

When backbreaking planting's done, the fields are a sea of green;
Very often in his field the patient farmer is seen;
He visits there to see how the *palay* plants are growing,
To observe, inspect, and detect anything else for fixing.

The seedlings grow green when bountifully irrigated;
With firm paddies, the flow of water's well regulated,
That meanders into neighboring fields needing water,
Giving life to seedlings to spring forth fresh and sturdier.

Days pass into weeks into months, a new scene meets the eye;
The plants are straighter, thicker; there's not much time to go by;
As far as the brown, brawny, observant farmer has been,
The scene around town's verdant, swaying foliage of green.

To the gentle east wind, or *amihan*, the plants keep nodding,
Now heavy with seeds of grain on the stalks undulating,
Effacing mem'ries of days of labor-intensive care;
These and the lush growth bring joy to the heart of the farmer.

## III

### Pag-aani

Kapag palay ay nagbunga, makaraan ilang buwan,
Angking kulay na luntian, nababago 'pag gumulang,
Kayumangging kulay ginto sa silahis nitong araw,
Ginintuang kabukiran, nakahanda sa *gapasan*,
*Magsasaka*, *maggagapas*, nag-aani sa palayan,
Binubungkos, binibigkis ang tangkay ng mga palay,
Mga palay na binungkos, unti-unti ang salansan,
Ang *mandala* natatayo, sa gitna ng *kabukiran*.

Kung panahon ng *Anihan*, matatanda't kabataan,
Halos lahat gumagapas, nag-aani sa palayan,
Mga bata *namumulot*, mga palay na naiwan,
Kahit lugas, pati tangkay ng palay na ginagapas,
*Maggagapas* walang hinto sa pag-ani nitong palay,
Mga taong nasa bukid, nagsisikap mahatian,
Inaaning mga palay sa paggiik at paggapas,
Tanging bigas na pagkain, kailangan ng taong-bayan.

10-18-02

III

## Harvest Time

In three months, his joy springs at sight of swaying waves of grains;
Flat pods are now full, turned slightly amber and golden;
Bright in the summer sun, the undulating golden sea
Says, "It's harvest time! Come one, come all. For you, I'm ready!"

Farmers or seasonal reapers amid the sun shining,
Harvest with sharp scythes, bundling the grain stalks from God's blessings;
The bundles are stacked in circles one on top of the other –
*Mandala* – rounded, pyramid-like stack on the field's center.

Harvest time is a season of gladness for young and old,
To honestly have a share of this God's bounty of gold;
Behind harvesters are gleaners picking up fallen grains,
Unselfishly left behind to fill their gleaners' cans.

The grateful harvesters concentrate on their task at hand
And allow townmates a share of this grace from the land;
The grains are threshed, winnowed, dried, and milled in the rice mill
And finally be the prized *bigas* for man's stomach to fill.

06-18-03

# ANG MAG-IITIK

Araw-araw ginagawa, masipag na *mag-iitik*,
Matiyagang pinupulot mga itlog, kanyang itik,
Magulang at mga anak, 'daling araw kung gumising,
Upang itlog ay maipon, habang itik ay tahimik,
Sa buslo ay ilalagay, malaki man o maliit,
Mga itlog na nagkalat sa bakuran na maputik.

Sa magdamag na pahinga, kasiyahan nadarama,
Kapag itlog ay marami, dulot, bunga ng alaga,
Mga itik na nangitlog, likod bahay tawag *puya*,
Na may bakod sa duluhan upang itik ay gumala,
Kung gabi ay natutulog, kung araw ay masisigla,
Masikap na *mag-iitik*, masinop kung mag-aruga.

Sa pagsikat ng silahis ng araw sa silanganan,
Halos lahat mga itlog ay napulot at nakalap,
Mga anak at magulang, *mag-iitik*, hanapbuhay,
Naghahanda ng pagkain sa oras ng umagahan,
Mga itik kapag gutom, magugulo't maiingay,
Kaya lahat ng pagkain nakahanda't iaalay.

Kapag oras ng pagkain, mga itik masasaya,
Nakaabang, naghihintay, lahat halos nakanganga,
Sa pagkaing idudulot ng may-ari't may-alaga,
Mga hipon, mga suso't lamang-dagat na sagana,
Kailangan na makain mga itik na alaga,
Hinuhuli't nagbubuhat sa may *Lawa ng Laguna*.

Ang itik kung nangingitlog, nararapat na busugin,
Kailangang-kailangan mga suso sa pagkain,
Upang balat ay tumigas ng itlog ng mga itik,
At nang hindi maging *bamban* at malambot kung hipuin,
Maging angkop na ibukod, mga *balut* ang gagawin,
Pati *itlog na maalat* nagagawa't nakakain.

11-06-02

58

# THE DUCK RAISER

Every day he does this chore – he, the duck raiser,
The eggs of the ducks without fail he must gather;
The parents and the children the whole night in slumber,
Early at daybreak, they must wake up together,
To pick up ducks' eggs from muddy corners yonder,
Where the fowls are still quiet; eggs are held with care.

Rested overnight, his happiness increases
With bounteous eggs – prize for care that never ceases;
To raise the ducks well, especially the layers,
They must have space, or *puya* – ducks' nesting corners;
In breeding the ducks right with utmost diligence,
The man derives energy from a good night's rest.

When the sun begins to peep o'er the eastern hills,
And the cool dawn breeze he already gently feels,
All the eggs are gathered, and his basket fills;
He and his kids have fun and enjoy their duties;
They know it's feeding time when ducks' quacks don't cease;
Of ducks they're aware, it's their livelihood means.

Ducks make noise and know when it's time for feeding,
Waiting, watching, quacking, with their wings both flapping;
For their meal the caretaker soon will be giving –
Grated, dried coconut meat; shrimp; shellfish; anything
That the deep sea bountifully keeps providing
From *Laguna de Bay* that is never wanting.

The mating ducks should never be wanting in food;
A sore lack of seashells when mating is not good;
Lots of shells in their food harden eggs in the womb,
And not *bamban,* or soft-shelled, when laid to the world;
It's the prized, hard-shelled egg made into *balut,*
And salty, red ones – delicacies for a lord.

06-18-03

## Pag-iitik – Paraan ng Pamumuhay

Ang *puya* ng mga *itik*, likod bahay na may bakod,
Nasasakop ang bakuran, bahagi ay tabing-ilog,
Sa tubig ay naliligo, naglalaro't lumalangoy,
Araw-araw kumakain, nang gumulang sa panahon,
Nang magbunga at magdulot, kailangang mga itlog,
Kapalit ng pagsisikap, pagtitiyaga't hirap, pagod.

*Mag-iitik* hanapbuhay, ang alaga libu-libo,
Sa dami ng mga itik, may-ari 'di nagbabago,
Sa tiyaga't pagsisikap, sipag lalo nag-ibayo,
Itaguyod ang pamilya, mga anak ay matuto,
Mag-aral sa pamantasan, upang buhay ay mahango,
Hirap, pagod dinaranas, buhay sa bayang Angono.

Bawa't araw na magdaan, mga anak at magulang,
Tulung-tulong mag-alaga, mga itik sa *puyahan*,
Mga anak nag-aaral, mataas na paaralan,
Minsan-minsan nahuhuli, unang oras ng pasukan,
Kaya guro nagtataka, magulang ay kinausap,
Upang kanyang mapag-alam, mga sanhi at dahilan.

Kaya pala nahuhuli, mga anak sa pasukan,
Maagap na gumigising, tumutulong sa *itikan*,
Mamulot ng mga *itlog*, naglipana sa *puyahan*,
Katulong na magpakain mga itik sa duluhan,
Saka lamang maghahanda, magtungo sa paaralan,
Kusang-loob tumutulong hanapbuhay ng magulang.

Sa tiyaga't pag-aaral, mga anak nakatapos,
Sa tulong at pagsisikap, sa hirap at mga pagod,
Ng kapatid at magulang nagtiyagang magtaguyod,
Matapos sa pamantasan, kanyang kursong nilalayon,
Upang siya'y makatagpo hanapbuhay na pantulong,
Matustusan at mahango ang pamilya na hikahos.

11-06-02

## Duck Raising, a Means of Living

The *puya,* or duck yard, is in the rear of the backyard,
Fenced low with bamboo to the shallow riverside,
Where ducks wade, waddle and swim to their hearts' content,
And feed abundantly to mature and gain weight,
To produce and lay eggs so wanted and needed,
In exchange for the care to them is extended.

The duck raiser who performs on a big-time scale,
Owns perhaps thousands of ducks, both male and female,
But this wealth he doesn't allow to swell his head;
He's humble, strives on for his family instead;
He nurtures a dream: his children's higher learning,
The bright, crowning glory to his simple living.

So it's ingrained in every family member,
That this means of living deserves respect and care;
From duck eggs, a son can afford to stay in school;
Though, at times, he'd be late in his early schedule;
Then parent and teacher meet in school to confer,
To resolve the problem, to know what's the matter.

Both find out why the student is tardy at times:
He wakes up early to do his duty at once,
Gathering the eggs here and there in the duck yard,
Plus duck feeding; as the clock says it's time to depart;
And getting ready for school, he is left behind;
But as the dutiful son, he's not a truant.

Patient, persevering, very industrious,
'Mid hardships, the son finishes his chosen course;
Supported by parents through their duck industry,
He earns a degree in the university;
Then the graduate moves on to "greener pastures"
A chance to reciprocate, he's inspired and sure!

06-18-03

## Payo ng Mag-iitik

Kabataang laki't tubo, mutyang bayan ng Angono,
Hanapbuhay natuklasan, ibang bansa na malayo,
Palagi sa alaala, mga turo, mga payo,
Kamag-anak at magulang, mga guro, mga nuno,
"Ang hindi lumingon sa pinanggalingan,
Hindi makararating sa pupuntahan."

Mga anak ay tumulong nang umunlad kabuhayan,
Sa masipag na magulang, laging pagod sa *itikan*,
Mga anak nagkapalad makarating sa ibang bayan,
Hindi sila nakalimot mga hirap na dinanas,
Kaya ngayon gumaganti, tulungan sa kahirapan,
Ang kapatid at magulang bumuti ang kabuhayan.

11-06-02

## A Duck Raiser's Counsel

Harken! You, all the youth from Angono, your land,
Whose fortune in a far-off land you now have found,
Words from your parents, kin, teachers, don't leave behind;
Their advice, the lessons, always bear in mind:
"Anyone who never ever looks back to his roots,
May not fully reach his goal and may yet be lost."

Children who did their duty for their livelihood,
And assisted tired parents as they really should,
And later found a better opportunity
In the fabled, foreign land of milk and honey,
And have reciprocated with their grateful love
Will themselves be truly blessed by the Lord above.

06-18-03

# ANG KOMPOSITOR

Dahan-dahang tinutupa ang teklado nitong piyano,
Kompositor na tahimik, lumilikha't bumubuo.
Mga himig ng tugtugin sa isipan nakatago,
Bawa't nota sa musika itinala nitong *maestro*,
Sa gitna ng kadiliman unti-unting nabubuo,
Ang malambing na kundiman, maririnig sa malayo.

Sa dilim ng hating-gabi, sa tahimik na tahanan,
Matiyagang musikero, buhos angking kaisipan,
Kumatha ng isang awit, mga nota ay iagpang,
Sa lirikong nakalahad, himig, tugtog kailangan,
Sa sonatang nililikha, kababayang bantog, tanyag,
Propesor ng musika, Lucio D. San Pedro ang pangalan.

Kung ang banda ng musika nagsasanay minsan-minsan,
Iparinig ang tugtuging kinatha ng kaisipan,
Kompositor ang patnugot sa tugtugan at awitan,
Upang banda'y maging tampok, mahusay sa paligsahan,
Mga himig akmang-akma sa musikang sinasanay,
Sa pandinig ay maayos, sa tiyempo ay sabay-sabay.

Kabataang mahihilig bumasa ng mga nota,
Nagsisikap na matuto, nagsasanay, nagtitiyaga,
Humawak ng instrumento sa banda ay makasama,
Musikerong nagtuturo bihasa at dalubhasa,
Sa pag-ihip at pagtugtog instrumento ng musika,
Sa pagtanggap, pagsang-ayon, sila ang magpapasiya.

11-18-02

# THE COMPOSER

Gently the fingers play on the piano keyboard
Of the inspired composer creating what he should;
In his compositions, other works that abound,
With corresponding notes he catches each sound;
Far into the stillness of night a song is born;
A sweet *kundiman* is heard at the break of dawn.

That which is begun in the silence of the night
Within the peaceful home inspiringly takes flight;
The musician in him and the talented mind
On lofty wings of song have dreamily conspired;
The depth of meaning of the lyrics before him
Brings out the melody of a sonata so haunting.

Lucio D. San Pedro, the professor of music,
Patriotic composer, decreed national artist,
Through his band of musicians that he himself trained,
His famous, soul-stirring works were justly acclaimed;
Under his tutelage and keen sense of hearing,
The band became the best, their music inspiring.

Young lads who had an inclination to music
Learned to read notes, play the instrument of their pick,
And develop themselves as worthy of the master,
Who had taught and trained them with skill beyond compare;
Blowing and playing their musical instrument
The master's smile raised the lads to heights they had dreamt.

06-18-03

## Ang Paghubog sa Musikero

Habang bata ay maliit, nagsisikap na mag-aral,
Sa Mababang Paaralan ng Angonong sinilangan,
Kung hapon ay nag-aaral sa banda ay makabilang,
Upang sila'y 'di matigil patuloy sa pag-aaral,
Magharap ng kahilingan upang sila ay matanggap,
Sa bandang paaralan, kolehiyo o pamantasan.

Mamamayang mahihirap, sa Angono mutyang bayan,
Masisipag na magulang, masunuring mga anak,
Ang pangarap na matanggap, minimithing pamantasan,
Nagsisikap na matuto, instrumentong nahiligan,
Gagamitin na pantulong matuloy sa pag-aaral,
Nang matanggap at masapi sa banda ng paaralan.

Sa tulong at rekomenda, kompositor, kababayan,
Kabataang musikero, sa eksamen ay dumaan,
Talino at kahusayan, nakita at nagpatunay,
Ang lahat ng kailangan matiyagang nagampanan,
Nakalusot, nakapasa, nakasapi at natanggap,
Sa banda ng pamantasan, pangarap na paaralan.

Masikhay na mag-aaral, kung umuwi ay lingguhan,
Nagsisikap na dumalo, sa kademya't pagsasanay,
Kung Sabado pati Linggo, pabutihin at umunlad,
Karunungan sa pagtugtog, upang siya'y maging dapat,
Masapi sa bawa't banda sa bayan at paaralan,
Angking hilig kailangan, maituloy pag-aaral.

Upang banda ay humusay, madalas na magkademya,
Sa pook ng pagsasanay, mapanood at makita,
Maulinig ang tugtugin, *kundiman* at mga martsa,
Musikerong magagaling sa pagtugtog mga nota,
Ulit-ulit tinutugtog upang maging dalubhasa,
Manunugtog laging handa, dadaluhang "Serenata."

Musicians in the Making

Aspiring school youth strived to be self-supporting,
While yet in *Angono Elementary School*;
After class they regularly joined the band rehearsing,
And hoped for free tuition in part or in full;
And with prayer and hard work earned the Lord's blessing
To be a college scholar, as band member, their tool.

Many Angono folks who were not affluent,
Of industrious parents, and ambitious offspring
Dared to dream of reaching the university;
On innate musicality, they kept their hopes going;
As band member, the youth hoped to earn a degree;
These attainable goals in their hearts kept burning.

With the famous composer's recommendation,
Scholarship exams the aspiring youth went through;
Talent and dexterity firmed up their position
And varied requirements they coped with, too;
Strengthened with courage and lofty inspiration,
As college band members, the profound dream came true.

Striving, studying, the youth would come home weekly,
In rehearsals perfect attendance was the goal;
Weekends, too, skills improvement was priority;
Perfection in playing was a challenge to all,
So that schooling would progress continuously;
This was the magnificent dream – the cherished role.

Rehearsals were a must and frequently called for;
In venues of practice, they were a sight to watch,
And a pleasure to listen to and wish for more –
The overture, the *kundiman*, the lovely march –
To swing and sail with the symphonies and shout, "Encore;"
For perfection and appreciation, the band was ready to oblige.

Marami sa kababayan, natitipon, nanonood,
Sa oras ng pagsasanay, may ilan sa manunugtog,
Namamali sa pagbasa mga notang tinutugtog,
Hanggang walang kapintasan, pagsasanay ay patuloy,
Kailangan walang mali, masiyahan kompositor,
Saka lamang ihihinto, ang kademya matatapos.

Sa timpalak ng tugtugan, mga awit at musika,
Dahilan sa pagsasanay, talino at pagtitiyaga,
Lagi silang naiiwan, natatamo gantimpala,
Kabilang sa mahuhusay, bantog, tanyag mga banda,
Gawa't turo at patnubay, kompositor, dalubhasa,
Sa paglikha at pagkatha ng tugtuging magaganda.

Karaniwan nagdaraos, sa liwasan ng Angono,
Ang banda ng kompositor, ginaganap ang konsiyerto,
Mapakinggan at matanghal, makita ng mga tao.
Mga tampok na tugtugin sa timpalak ay nanalo,
Kasayahan at tugtugan, inialay, inihandog,
Sa kabayan ibahagi, katanyagan sa musiko.

11-18-02

68

Band rehearsals in town would draw a big audience;
Listeners noticed when there was an off-key note;
The famed conductor tried to bridle his patience;
He heard every player no matter how remote,
Detected the stray sound with his sharp hearing sense,
Demanded repetition till sour tunes got lost.


It was no wonder then that in each band contest,
The composer's band was always adjudged winner;
Patient rehearsals and honed talent brought out the best,
His well-known, skillful band was never a loser;
Composer, conductor, teacher above all the rest,
Who created his kind of tunes – the best ever.


06-18-03

69

## ANG PINTOR

Taimtim na pinagmasdan at sinuri ang larawan,
Tahimik na ginuguhit ang mural na kasaysayan,
Nitong bansang Pilipinas, ang paksa ay kaunlaran,
Limang daang mga taon, nakalipas, nakaraan,
Nakita at natuklasan ni Fernando Magallanes,
Mga pulo, Pilipinas, taong isang libo limang daan dalawampu at isa
    (1521),
Kasaysayan ang larawan, magbuhat nang matuklasan,
Hanggang taong isang libo siyam na raan limampu at anim (1956),
Pamagat ay "500 Years of Philippine Progress."

Itinayo ang istudyo sa paanan nitong bundok,
Nalilibot ng halaman at maraming punong-kahoy,
Malalaking mga lona, nakabitin, dugtung-dugtong,
Ginuguhit, nabubuo ang dibuho nitong pintor,
Ang larawang nasa isip, ang pagsapit at pagdaong,
Ng dayuhang manlulusob, nilalayon ay masakop,
Ang lupaing natuklasan sa malayo, ibang pook,
Tahimik na mamamayan, hindi ibig na pasakop,
Mutyang bayang sinilangan, nakahandang ipagtanggol,
Sa mga taong bagong dating, tanging pakay ay manakop.

Iginuhit ang larawan, paglalaban ng dalawa,
Noong sila'y magkatagpo, sa Mactan, sa Limasawa,
Si Fernando Magallanes, lahi't tubo na Kastila,
At si *Datu* Lapu-Lapu, puno, handang makibaka,
Napag-alam ng dayuhan, sila'y dapat makisama,
Mamamayan matatapang, ibig lagi ay malaya,
Namumuhay nang tahimik, mababait, masasaya,
Kaya sila ay lumaban, ipagtanggol bayang mutya.

# THE GREAT ARTIST

Keenly he gazed at the emerging sketch serenely
Of the mural that would depict a country's history,
To envision the progress achieved by the Philippines
Over the past in a period of five hundred years,
When this archipelago was discovered by Magellan –
The Philippine Islands – on March 16, 1521;
Profoundly historical are the depicted scenes,
Through a span of centuries until 1956:
Appropriately entitled was this huge masterpiece –
"500 Years of Philippine Progress."

A studio was raised by the mountain for this purpose,
Amid the greeneries of nature and tall trees, it rose;
Vast canvas tents had been strung and hung to serve as shelter;
Here worked with sweat and inspiration the master painter;
From his rich imagination with deft strokes so skillful,
He would visualize and make huge canvas so full ...
Of the coming foreign ships that anchored on these shores ...
Of strangely garbed seafarers and Spanish conquerors ...
Of brave, native warriors in defense of their land,
With their noble hearts and only spears and bolos in hand.

Well-defined in the great mural that was larger-than-life
Was the battle in *Mactan*, in *Limasawa* – a strife
That goes down in the history of this land of our birth,
Of which the traits of daring and courage, there was no dearth,
Between *Ferdinand Magellan* with his Castillian men
And *Lapu-Lapu*, the brave, freedom-loving *chieftain*,
Whose peaceful life with his subjects suddenly seemed threatened,
But ready with his right, his country's honor to defend.

Kababayang minamahal, pambihira katangian,
Angking likas na talino, magdibuho, maglarawan,
Sa maghalo ng pintura, mga kulay sa larawan,
May sarili s'yang paraan, ibang tao hindi alam,
Hanapbuhay sa Angono, karaniwan ay huwaran,
Magsasaka at kalabaw sa gitna ng kabukiran,
Hila't tulak ang araro, lupang bukid binubungkal,
Iba naman n'yang modelo, mangingisdang kababayan,
Matipunong mga bisig ginagamit sa pagsagwan,
Sa paggaod at paghuli ng isda sa karagatan.

Marami ang katha't guhit, mga tanyag na larawan,
Tagahanga ay bumili larawan ng kalikasan,
Ang ilan sa mga guhit inialay sa simbahan,
Ibang guhit nakatanghal sa bahay pamahalaan,
Kabilang sa mga mural ng pintor na kababayan,
Larawang "Angono Fiesta" (1947) at "Pagbabayo ng Palay" (1949),
Makikita't mamamasdan sa Bulwagang Katipunan,
Nasa lunsod ng Maynila, mutyang bansang Pilipinas.

Isang bantog na larawan, kathang sining at dibuho,
Ang pamagat "Bayanihan" binubuhat bahay kubo,
Mga tao'y tulung-tulong upang bahay ay ibago,
Mailipat na maayos, madala sa ibang puwesto,
Gawa't guhit, walang iba, Carlos "Botong" V. Francisco,
Isang pintor na pambansa, lahi't tubo sa Angono.
Hindi lamang sa pagguhit ang talino ni "Botong" Francisco,
Kapag walang inspirasyon, ang pintor ay naglalaro,
Mahusay siya sa basketball, sa softball din lumalaro,
Marami s'yang kaibigan, sa pakisama bilang uno,
Mga guhit at larawan, hindi niya sinisino,
Kahit walang kabayaran, ibibigay sa piling tao.

A vast, fascinating mural came to life on canvas,
From this beloved genius whose craft always was
Emulated by others yet never quite equated;
In sketching and painting he was truly talented;
Of mixing colors on his palette, he had his unique style
That others couldn't approximate no matter how they tried;
Livelihood means and customs in town were mostly the themes
In his picturesque paintings of native rural scenes:
The farmer and the *carabao* calmly plowing the field,
The brawny fisherman at sea catching fish out of need.

Numerous had been his masterful creations of art,
Innumerable were the big patrons of his craft;
Some of his religious works he donated to his church;
Displayed in lobbies of public buildings were his other works;
Unsurpassed in grace and fame is *"Angono Fiesta,"*
Circa 1947, and *"Pagbabayo ng Palay,"*
1949, hung in *Bulwagang Katipunan*
In *Manila*, Philippines, the famous capital;
Another undisputed creation, wonder of art,
Is the *"Bayanihan"* – of natives moving a nipa hut.

Here the essence of cooperation is very well shown
In transferring whole a house from its former location;
No other visual artist could have expressed it better
Than Carlos V. Francisco, the incomparable painter;
To Angono's pride and to his credit he is honored,
As a national artist of this beautiful land;
"Botong," as he is fondly called by almost everyone
Spread his talent, not just in art, but among all men;
When inspiration was rather elusive while painting,
He'd turn to sports with friends, with smiles and ways ever winning.

Sa pagguhit pambihira, ang talino bukod-tangi,
Karaniwan lamang tao, katutubo ang ugali,
Maginhawa kanyang buhay, simple lamang ang lunggati,
Hindi yaman ang minithi, kundi sining nitong lahi,
Pamana sa kaisipan, kabataang nagpunyagi,
Matutuhang unti-unti ang sining ay naging binhi,
Kaya ngayon itong bayan, Angono ay piling-pili,
Naging pusod nitong sining, bantog pintor ay marami.

Ilang taon nakaraan (1965), natuklasan isang yungib,
Ni Carlos "Botong" V. Francisco, tawag "Angono Petroglyphs,"
Kababayan ang kasama nang makita akdang sining,
Matatandang kasaysayan sa bato ay nakaukit,
Kababayang makatao, "Botong" namin kung tawagin,
Kahit sino ang magtanong, ibang tao't panauhin,
Matatanda't mga bata, kilala ang mangguguhit,
Sumikat at naging bantog sa larangan ng pagguhit,
Pamana sa kababayan, sining sa larawang-guhit,
Kabataan sa Angono, marami ang naging "artist."

12-03-02

74

He "walked with kings" yet did not lose the common touch,
His themes identified with his land with rustic spots,
Or of grand historical events of awesome ideas,
Which by his outstanding talent he visualized on canvas;
He lived a life that was simple, free and easy;
He yearned not for wealth, but for his country's glory,
Through a legacy to the youth with love for the art,
The seed of which with his genius was sown through his craft;
That's why the town of Angono is most unique –
'Tis an artists' haven inspired by the master critic.

Love for culture and the arts had led him to discover
The *Angono Petroglyphs*, a lasting find, true and rare,
Years ago with friends in a cave in the mountain,
Where ancient civilization on rocks were written;
Deep in his artistic soul, he was most humane;
"Botong" he was to haves and have-nots, that was his name;
Young and old alike knew "The Master" very well –
He was a national artist – all would proudly tell;
His life of art is a distinct, living legacy,
To the youth of Angono, he bequeathed his artistry.

6-18-03

# ANG KARPINTERO
## (Mga Katangian)

Matapos n'yang maitayo ang haliging ipil-ipil,
Sinipat niya kung maayos, matuwid ang pagkatirik,
Katulad ng ibang poste ng bahay na ibig gawin,
Binabalak na silungan ng pamilyang ginigiliw,
Matibay ang pagkayari, malaki man o maliit,
Tahanan ng pagmamahal at pugad ng mga supling,
Sinisikap na matapos, tag-ulan ay nalalapit,
Ang pamilyang walang bahay, mamahay na matahimik.

Bahay kubong ginagawa, unti-unting mapapansin,
Natatayo, nayayari ang atip ay yaring pawid,
Karpintero nagtitiyaga, maghulma ng mga gamit,
Mga kahoy at kawayan, pinuputol, pinapait,
Kailangan na malapat sa sahig at mga dinding,
Ng tahanang minimithi ng mag-anak niyang giliw,
Matirahan, matulugan mga anak, maliliit,
Minamahal na pamilya kailangang tangkilikin.

Mga ibang kababayan, maunlad ang kabuhayan,
May kaunting kakayahan mamili ng kagamitan,
Sa bahay na itatayo, mga tabla, mga bakal,
Mga yero ang sa atip, sa haligi kahoy-yakal,
Ang pundasyon ay semento, upang bahay ay matibay,
Kailangan karunungan, karpintero hanapbuhay,
Kakayahan, kaalaman sa paggawa nitong bahay,
Ang pangarap na tahanan ng pamilyang minamahal.

Karpinterong masisipag, katangian ay magputol,
Tamang sukat at magtugma mga kahoy na pinutol,
Maging lapat at maayos sa plano na sinusunod,
Ginuhit ng arkitekto, may-ari ay sumang-ayon,
At batay sa kagustuhan, pangarap at nilalayon,
Ng maybahay minimithi na matayo at matapos,
Dahan-dahan ang paggawa at hindi padalus-dalos,
Upang bahay ay mayari na maganda at maayos.

12-13-02

76

# THE CARPENTER
## (His Virtues)

At last the *ipil-ipil* posts have been straightened;
He peers closely to ascertain their alignment,
Like the other posts of the house he wants to build
For his loved ones, strong shelter they really need;
Sturdy against the elements, small though its size,
To be a home for his offspring where love abides,
Which must be finished before the rainy days come
To obviate homelessness, to live in peace and calm.

A rural house, though it is that slowly takes shape,
Of nipa and bamboo, of native style and make;
At work with his tools the carpenter perseveres;
As he saws the wood, to the measurements he adheres
That floors and walls dovetail for sure at each corner,
And provide a roof over their heads, a safe shelter
For his beloved family, a place of their own,
None as deep and dear to have as my "home, sweet home."

Other townmates who have financially prospered,
In the purchase of materials are more prepared:
Hardwood lumber, like *yakal*, cement bags, hollow blocks,
Galvanized-iron roof sheets, steel bars, adobe rocks,
Foundation of concrete for durability;
Still, while all else is accessible and ready,
It's the carpenter's services that are of prime need
To make the dream house a reality indeed.

Various are the diligent carpenter's talents:
Decisive and exact in taking measurements
Of every piece of lumber he has to saw,
According to specifications the plans show,
Drawn by the architect, approved by the owner,
Implemented fully by the wise carpenter;
Cautious, unerring is he in his craft,
His task is like an inspiring work of art.

06-18-03

# ANG KARPINTERO
## (SA GAWAIN)

Kababayang karpintero, masinop sa hanapbuhay,
Sa baywang n'ya may sinturon, nakasabit kagamitan,
May martilyo, may pamputol, pati pait kailangan,
Mga pako dala-dala, sa buslo ay nakalagay,
Sa pagdugtong at pagpako habang gawa'y nasa taas,
At nang hindi na manaog, saka muli ay aakyat,
Nadadali ang pagyari sa tiyaga at pagsisikap,
Marami ang nagagawa, karpintero masisipag.

Sa paggawa at pagbuo mga bahay sa Angono,
Kailangan karanasan, karunungan, kagamitan,
Katangian tinataglay, karpintero kababayan,
Walang hindi natatapos kapag gawa sinimulan,
Masisikhay, matitiyaga, gawain at hanapbuhay,
Kahit litik itong araw, walang tigil ang pukpukan,
Kailangan ay matayo ang haligi nitong bahay,
Nang magawa ang balangkas at malagay ang bubungan.

Habang hindi umuulan, kahit araw ay mainit,
Karpintero nagsisikap ang atip ay maikabit,
Upang agad malukuban, matakpan at magkalilim,
Ang buong kabahayan nang magawa mga dinding.
Marami na magagawa ulanin man o arawin,
Sa loob ng kabahayan, tuluy-tuloy ang gawain,
Karpinterong masisinop sa paggawa walang tigil,
Natatayo, natatapos partisyon ng mga silid.

Habang bahay ginagawa, ang may-ari dumadalaw,
Upang kanyang maalaman ang pagsulong at pag-unlad,
Gawain ng karpinterong masisipag, masisikhay,
Sa pagputol at pagpako walang tigil araw-araw,
Nagtitiyaga, nagsisikap matapos sa takdang araw,
Hirap, pagod tinitiis upang bahay malipatan,
Ng pamilyang nasasabik sa pangarap na tahanan,
Pagkayari matirahan, nang matamo kasiyahan.

12-13-02

## THE CARPENTERS
### (At Work)

The carpenters at work employ skill and foresight;
To their belts are hung most of the tools of their craft –
The hammer, the chisel, other tools 'round the waist,
The various size nails in an apron or basket,
So when they are busy on a floor elevated,
Need not climb down and up again; time's not wasted;
The work is hastened with their organized movements,
Without sacrificing quality that each implements.

In bringing the construction to its completion,
Experience, know-how, skill, cooperation –
Attributes that push the carpenters to motion inertia,
Except when materials lack, do they heave a sigh;
Patient, persevering in their livelihood means,
Jolly banter, "barbers' tales," lighten their burden,
Hardest is raising the heavy, steel framed rafter
Atop firm posts to support the roof – a tall order!

While the sun shines and the rains do not yet fall,
The carpenters mind this big challenge to all:
To finish the rooftop first for cover and shade,
To make the work lighter, no reason to evade;
A lot can be accomplished even when the rains come
Beneath the shelter from rain and sun, work is done;
As to others, tasks specified are unceasing,
Like defining rooms with proper partitioning.

With carpenters busy, sometimes the owner visits
To see how the workers are, how the job progresses;
Upholding quality to which they stake their name,
They strive to beat the deadline of the set timeframe,
Aware of the eager owner's burgeoning desire
To move to his new home and light the first fire,
Symbol of a family's dream now in view
Made a reality by carpenters tried and true.

06-18-03

79

## ANG PANADERO
### (ANG MAGTITINAPAY)

Ang *pan de sal* ay masarap, mainit pa at mabango,
Samyo't amoy mapang-akit, sa pugon ay iniluto,
Harina at ibang sangkap, tubig pinaghalu-halo,
Inihanda, pinaalsa, masinop na *panadero*,
Sa magdamag nagtitiyaga, hanapbuhay ay magluto,
Ng tinapay na masarap, pagkain ng mga tao.

Matapos na mailuto, pinupuno mga *buslo*,
Upang agad ipagbili, tinapay na bagong hango,
Mga bata nagtitinda, sa bayan ay naglalako,
Sumisigaw ng *pan de sal*, mainit at bagong luto,
Mamamayan naghihintay tinapay luto sa hurno,
Pagkain sa umagahan, taong bayan sa Angono.

Araw-araw tuwing hapon, panaderong kababayan,
Sa taglay na katangian, karunungan, karanasan,
Katulong na ibang tao, sinanay at tinuruan,
Na maglabas at maghanda ng lahat ng kailangan,
Isa-isang nakahanay sa gawaan niyang hapag,
Kailangang mga sangkap sa paggawa ng tinapay.

Paglapit niya sa lamesa, na mahaba at malapad,
Bawa't sangkap at bahagi, ang kalidad at kantidad,
Alam na alam kung gaano, hindi na n'ya tinatakal,
Sama-sama, halu-halo, unti-unti kung tubigan,
Saka niya sisikapin maging masa ng tinapay,
Ihahalo pampaalsa, ilalagay sa taguan.

# THE *PAN DE SAL* MAKER
## (THE BAKER)

*Pan de sal* – bread with salt – the masses' early breakfast,
Appeals to sight, smell and taste, especially when hot;
Flour, salt, water, leavening – its main ingredients,
Prepared and oven-baked by the baker with patience;
Overnight, he's at this task – his means of livelihood,
Baking tasty *pan de sal*, the morning staple food.

Baked just right, to the brim he fills baskets and boxes,
And sold in bulk or retailed while still hot and fresh.
At his bakery or around town by lad-peddlers,
Shouting, "P-a-a-n de s-a-a-a-l" even before the sun rises;
New and familiar customers await their peddling,
Angonian's treat – hot pan de sal with coffee steaming.

Past midday, the baker, my townmate, starts his business
With his skills and expertise borne of experience;
He directs his helpers that he patiently had trained
To bring out the materials they previously prepared,
To lay out with order on the huge working table,
Necessary ingredients to make the bread whole.

He approaches the long, wide table with certitude,
Both quality and quantity he'd mastered as he should;
He implements the correct proportion all by heart,
Mixes, stirs, waters, needs not the measuring part,
Produces the dough with the right consistency,
Leavens and waits for it to rise with certainty.

Pagkalipas ilang oras, hatinggabi sisimulan,
Hahatiin, puputulin, mga masa ng tinapay,
Dahan-dahang ilalagay sa mainit na lutuan,
Kung tawagin isang *pugon*, may kahoy na nag-aalab,
Mga "uling" nagbabaga, ang init na kailangan,
Nang maluto nang maayos, ang tinapay na masarap.

Masipag na *panadero*, halos gising sa magdamag,
Naghahanda, gumagawa yaring masa kailangan,
Na gagawing iba't iba, uri o klaseng tinapay,
Pagkaluto, ilalagay, sa *istante* itatanghal,
Nang makita at mamalas, namimiling kababayan,
Sa *panaderya* nagtutungo nang mapawi kagutuman.

Noong aming kamusmusan, dalawa lang panaderya,
Ang may-ari ay mag-ama, sa Angonong minumutya,
Masasarap ang tinapay, kinakain kung umaga,
Binibili kung minandal, pagkain ng mga bata,
Matanda at ibang tao, kaibigan at bisita,
Dumadalaw sa Angono, bawa't Pasko, tuwing pista.

Mamamayan sa Angono, masisipag, matitiyaga,
Iba't iba hanapbuhay, araw, gabi gumagawa,
*Mangingisda* nanghuhuli kung gabi ng mga isda,
Sa araw ay nagbubungkal lupang-bukid *magsasaka*,
*Panadero* nagluluto ng tinapay na malasa,
Na pagkaing kailangan kababayang masasaya,
Kahit lahat mahihirap, kaisipan malalaya,
Nabubuhay na tahimik, sagana at maligaya.

12-17-02

After some hours, way past midnight the baker starts:
He kneads the dough, rolls and cuts it to size, his fist as large,
Neatly puts the pieces with the panhandled pusher,
Into oven rows fired by burning logs – hot burner –
Coal turned into red-hot embers for the heat needed
To bake countless pieces into the bread awaited.

Almost the whole night through, the busy baker's awake,
Preparing dough for more kinds of bread he has to make,
Of various sizes, shapes, to tickle the palate,
To display in the gleaming, glass-encased cabinet,
Which customers peer at before deciding to buy,
The baker's goods that appease hunger and satisfy.

In my youth, there were just two bakeries existing,
Owned by father and daughter, both very enterprising;
Delectable were the *pan de sal* for one's breakfast;
To kids were sold out fancy and delicious snacks;
Young and old, friends and strangers, patronizing their bread,
On fiestas, Christmases, any day without end.

Natives of Angono, busy and persevering,
Indulge in honest labor, incessantly toiling;
Fishing in the sea in various ways the whole night through,
Farming the rice fields beneath the skies cloudy and blue;
Quietly baking stuff to keep us happily fed,
Bakers serve all in peace and abundance with their bread.

08-24-03

# BAYANIHAN
## (Paglilipat ng Bahay Kubo)

Doon po sa amin, bayan ng Angono,
Nilakihang mutyang pook, sa lalawigan ng Rizal,
Bansang mahal sinilangan, Inang bayan Pilipinas,
Kaugalian at tradisyon, tinatawag, bayanihan,
Mga tao'y mababait, sa tulungan dumaramay,
Kapag mayro'ng bubuhatin, kahit ito'y isang bahay,
Ang salita at balita, agad-agad ay kakalat,
Nang madaling maalaman, kamag-anak, kaibigan,
Kahit sila ay malayo, buhat sa kalapit bayan,
Magpipilit na dumating, mga tulong ibibigay.

Itinakda ng may-ari, anong araw magbubuhat,
Upang magkatipun-tipon, kahit sinong mamamayan,
Inihanda at inayos, ang bahay na ililipat,
Upang hindi magkasira, mga dinding at bubungan,
Nang dumating itong araw, tawag nami'y bayanihan,
Sabay-sabay na bumuhat, sa tulong ng mga bilang,
Isa … dalawa … tatlo … iniakma sa balikat,
Ooo .. ooo .. oops .. sabay tayo at lumakad, mga taong nagbubuhat,
Sa palibot ay may bantay, sa kalsadang daraanan,
Mayro'n namang nagtataas isang tulos na kawayan,
Ng alambreng nakahalang ginagamit sa *koryente*,
Upang hindi makoryente, mga taong bumubuhat.

Lahat sila'y nag-iingat, habang lahat nagbubuhat,
Nang malayo sa sakuna, at nang hindi masugatan,
Habang sila'y bumubuhat sa bahay na lumalakad,
Ang lahat ay napapagod, sa bigat at mga hakbang,
Sabay-sabay ibababa, ang bahay na binubuhat,
Mga pawis pinapahid, pahinga ang kailangan.
Matapos na magpahinga, tuloy muli ang pagbuhat,
Sa bahay na kailangan madala sa bagong lote,
Sabay-sabay ibinaba, ang bahay na buhat-buhat,
Sa dapat na paglalagyan, bagong lote, bagong tatag.

## SELFLESS COOPERATION

In Angono, where I saw the first light of day,
In Rizal province is a town then of dreams, they say;
In the Philippines, my beloved native land,
Is a peculiar warm custom – the *bayanihan* –
Lending a helping hand, volunteering assistance,
As a huge task of moving a whole house all at once;
By word of mouth, the news spread as on wings of haste
To relatives and friends who are compassionate;
Whether near or far, they arrive soon on their own
To offer their services, to help transfer the home.

A convenient time for action the owner schedules;
Response from the community is spontaneous;
Boarding up the doors, the shutters, other parts wobbly,
By those with know-how initiate this duty,
To keep intact this house of light materials
From shaking and jolting when it is moved at last;
One ... two ... three ... up on the shoulders, as one they heave,
Ooo .. ooo .. oops .. same time with rhythmic steps, all move ahead;
Vanguards up front, in the flanks, others keep rear watch;
One or two carry long, straight bamboo poles aloft
To push up low electric wires from the roof farther,
And effect by *bayanihan,* a safe, easy transfer.

Everyone is cautious transporting the house whole
To obviate danger and any physical toll;
With the great weight on their shoulders of the "walking house,"
A respite is needed by the volunteers – a pause;
Altogether at signal, they put down the huge load,
To wipe off quickly their sweat as they rest on the road;
A few minutes rest recharges their energy,
With renewed vigor, again they're at their duty,
To bring the "walking house" to another location;
There, in a new "place in the sun," the house is put down.

Kapag tao ay tumulong, mabigat man ang pasanin,
Sa dami ng bumubuhat, gumagaan ang gawain,
Katulad ng bayanihan, kapag bahay ay binuhat,
Nadadala kahit saan, sa tulong ng kababayan.
Doon ko napag-alaman, napagmasid, natutunan,
Mga tao sa Angono, kahit sila'y mahihirap,
Tulung-tulong sa gagawin, hindi mo masusubukan,
Taglay nilang kabaitan, buong pusong iaalay,
Bukas-palad ang pagtulong, sa pagdamay walang hanggan,
Taos-pusong tumutulong, bantog tawag, bayanihan.

01-30-02

Many hands cannot but make a heavy task easy;
The weight of a burden gets light even if heavy,
Shown in *bayanihan,* when a home is transported;
It can be moved elsewhere by townmates united;
Here's what I have observed and learned from experience:
That Angonians, though most lives are materially less,
In helping, they measure up and can't be doubted;
The kindness in their hearts musn't be taken for granted;
With wholehearted assistance and all-out helpfulness,
That's *bayanihan* for always, not evanescense.

08-24-03

# ANG KAMPANA

Bayan naming matulain, ang pangalan ay Angono,
Sa Simbahang minamahal, mayroon kaming kampanaryo,
Sa paligid, bawa't panig, mayr'ong apat na batingaw,
Na palaging ginagamit, dalubhasang kampanero,
Mga tunog ng kampana, balita ay ihahatid,
Sa lahat ng mamamayan, dapat agad na mabatid,
Kahit anong pangyayari, lahat tungkol sa okasyon,
Kaligtasan o panganib, lahat dapat ay magtanggol.

Sa lahat ng nangyayari, may ibig sabihin bawa't tunog,
Kapag tunog sunod-sunod, kahulugan isang sunog,
Mga tao'y nagtutungo, upang sila ay tumulong,
Sa bahay na nagliliyab, nang mapatay itong apoy.
Masasayang mga himig, nagbubunyag isang binyag,
Malulungkot na tugtugin, nagbabadya isang libing,
Masisiglang mga tunog, lumalabas ang prusisyon,
Tahimik at tuwing hapon, kahulugan ay orasyon.

Sa oras ng mga misa, kahulugan ay alsada,
Mayr'ong tunog na balita, araw ito ng nobena,
Mayroon namang ibang tugtog, simbang-gabi, 'daling araw,
Ang kampana umaawit sa oras ng mga kasal.
Marami pang ibang tugtog ng batingaw naming mutya,
May oras na pumapasok ang prusisyon tuwing pista
Sa simbahan, malungkot din, panahon ng Mahal na Araw,
Hapon ng Biyernes Santo, oras ng Siyete Palabras.

Walang tugtog ng kampana, buhat hapon Biyernes Santo,
Hanggang sa kinabukasan, tawag Sabado de Gloria,
Sa takdang oras na marinig, mga tunog ng kampana,
Mga bata'y masisigla, lumulundag, masasaya,
Dahil utos ng magulang, upang matamo ang biyaya,
Matapos humingi nitong tawad, sa kasalanang nagawa,
Sa araw ng pagsisisi, Mahal na Araw na nagdaan,
Upang lahat lumigaya, sa Araw ng Pagkabuhay!

02-11-02

# THE CHURCH BELLS

In Angono, our own beloved, scenic town
Stands the church belfry that to us is the only one;
Hanging at the four arches of the huge tower
Are great brass bells rung by the old bell ringer;
Loud sounds wafted in the air o'er each rooftop,
Harbinger of good or bad news telling what's up;
To these sounds the people's keen sense are in tune –
The *Angelus* ... a death toll ... a celebration ...

Every ringing or tolling signify to us
What is happening amid the everyday rush:
Incessant banging warns us of a fire spreading,
Come! Run to offer help! Be ready and willing;
Jolly, tinkling sounds herald a child's baptism;
Someone passes away, there's sonorous tolling;
Happy continued rings mean a procession's start;
Quiet, gentle sounds – that's the *Angelus* at dusk.

Ting ...ting ...ting ... at intervals, Mass is soon to begin;
Ding ...dong ...ding ... novena-Masses, they keep ringing;
Dong ...ding ...dong ... daybreak Masses to Christmas are here;
The bells ring loud and clear for a wedding-pair;
Long and deafening do all the heavy bells sound,
When a festive procession begins or has gone around;
The Church observes with deep meaning Holy Week,
Mostly at the Seven Last Words, we are meek.

On the penultimate day of the season of Lent,
That is Good Friday when the bells become silent,
Until the final hours of the Easter Vigil,
When again they come alive and joyously peal;
At that moment children gaily jump up and down;
According to parents ... for height and abundance;
After Holy Week's penance and contrition,
The bells sing again ... it is Christ's Resurrection!

06-18-03

89

# ANG SIMBAHAN

Ang simbahan ng Angono ay ang pook na sambahan,
Mamamayang Katoliko, gusali na dalanginan,
Nakatayo at ginawa sa may gitna nitong bayan,
Mga tao nagtatagpo tuwing Linggo nagdarasal,
Sa dambana nagmimisa takdang pari ng simbahan,
Tuwing araw na tungkulin dumalangin sa Maykapal.

Ang simbahan yaring bato, matibay ang pagkagawa,
Matagal nang ginagamit panahon pa ng Kastila,
Nang matayo at mayari mga tao sumasamba,
Nakaluhod, nagdarasal, nakaharap sa dambana,
Tuwing Linggo't Pistang Bayan, pati araw ng nobena,
Mamamayan ng Angono nagdaraos ng panata.

Pagpasok sa tarangkahan, sa bakuran ng simbahan,
Sa may patio na malawak, kampanaryo matatanaw,
Mararating sa hagdanan sa may loob ng simbahan,
Sa itaas nakabitin ang kampana at batingaw,
Ginagamit mga tunog "balita" sa mamamayan,
Sa panganib, kaligtasan, laking tulong sa taong bayan.

Tahimik na mamamayan, bayan naming minumutya,
Tradisyon na kinagisnan ginagawa ng pamilya,
Sa Simbahan ng Angono sa harapan ng dambana,
Nagaganap na palagi, mahalagang kabanata,
Sa buhay ng mga tao nangyayari sa tuwina,
Tinatawag Binyag, Kumpil, Kasalan at Libing-Misa.

Sa simbahan nagdaraos ng masayang pagdiriwang,
Makaraan ilang araw ang sanggol na isinilang,
Ang magulang nagsisikap isagawa tawag Binyag,
Ang pari ang nagbibinyag, mga saksi ninong, ninang.
Ang kasunod na gagawin, paglaki ng mga anak,
Matapos na maturuan na magdasal sa simbahan,
Itakda at patunayan upang anak ay Kumpilan,
Ng obispo at makamtan ang tunay na kabanalan.

# THE CHURCH

The church of Angono is the place of worship,
'Tis the sacred prayer venue to Catholics;
It stands at the town center, steady and strong,
Where the faithful with devotions on Sundays throng;
At the altar the priest celebrates the Eucharist
Any time or obligation days, God each man seeks.

Nature's elements our church of stone has weathered,
Way back in Spanish times it has since existed;
It has been a monument to the people's faith,
On bended knees in supplication for their fate;
On Sundays, on feast days, on the novena days,
Angono folks raise their devotions in many ways.

Past the gate of the wide churchyard, one may enter;
To the left of this *patio* is the tall church tower;
Through its winding staircase by way of the choir loft,
One reaches the tower with its huge bells atop;
The bells herald important occasions everywhere,
Harbinger of good news, also warning of danger.

Peaceful citizens in this beloved town
Hold on with deep feeling to the age-old tradition;
The church and its altar, where the faithful profess
Significant chapters in their lives to witness,
Events that mark milestones attendant to living,
Birthday, Baptism, Confirmation, Wedding, Mourning.

The Church witnesses the celebration so grand,
To mark a child's entry into the world of Christians
With his sacred baptism – the rite of christening,
Done by a priest, parents, godparents witnessing;
Catalyst and model to bringing up the youth,
Growing up from youth to manhood in tenets of truth;
Then to fully strengthen spiritually,
The bishop does Confirmation with powers holy.

Pagkaraan ng panahon, ang binata at dalaga,
Matapos na magkasundo sa ligawan ay nagtakda,
Na magdaos ng kasalan, upang maging mag-asawa,
Sa simbahan ng Angono nagsumpaan sa dambana,
Ang lahat ng kamag-anak kasama sa paanyaya,
Maging saksi sa masaya't maligayang pagsasama.

Kabanatang ikaapat, takdang oras ng pagpanaw,
Mga tao walang malay dito sa mundong ibabaw,
Dalamhati, mga taghoy, luha't hapis umaapaw,
Paglisan ng minamahal lahat tayo ay aayaw,
Angking buhay malalagot sa oras ng kamatayan,
Bago bangkay ay madala sa hinukay na libingan,
Sa Simbahan ipapasok upang bangkay ay basbasan,
Saka lamang ihahatid sa libingan at hantungan.

Sa Simbahan ginaganap iba't ibang pagdiriwang,
May nobena, simbang-gabi o araw ng kapistahan,
Taong bayan sama-sama tahimik na nagdarasal,
Mga tunog ng kampana at awitan ng batingaw,
Nagbabadyang lumalabas ang prusisyon sa simbahan,
Pagkatapos na magmisa kaarawan pistang bayan.

Mga tao nagdarasal panahon ng pagtitika,
Sa simbahan nagtutungo pagsisisi ginagawa,
Taimtim ang panalangin mamamayang may panata,
Linggo ng Mahal na Araw mga dasal ay payapa,
Matanda at mga bata nakaluhod sa dambana,
Sa Araw ng Pagkabuhay mga tao masasaya,
Ang lahat ng pangyayari malungkot man o masaya,
Maayos na nagaganap sa simbahang minumutya.

04-22-03

Time nurtures the children into maidens and swains:
Then deep friendship blooms into lasting relations
That ripen into a couple's mutual hopes,
That end at the altar entwined in symbolic cords,
Witnessed by both clans, joined by wedding invitations,
Hearts and minds united in reciprocal persuasions.

The fourth of life's stages – the inevitable end –
A journey none is aware of, its where and its when;
The burden of grief, tears of sorrow that overwhelm,
At the final parting, calm acceptance eases them;
'Tis said of mortals, be your best; life is short on earth;
For a soul to be ready, his past to mitigate,
In church, his mortal remains be blessed with holiness,
Then in the hollow and hallowed grave finally rests.

Most religious celebrations the Church spearheads
With novena, *simbang-gabi,* and other feasts;
The community is the Church in silent devotion,
Or loud with ringing bells and the faithful's praise in song;
Ringing, pealing, as the procession leaves the church
After the Mass of thanks and praise to God and His saint.

In solemn times of repentance and contrition,
All roads lead to the church to seek absolution;
With deep prayers – food for the soul – of each devotee,
The Holy Week binds the Church, both clergy and laity,
Young and old, on bended knees in humility,
But on Easter for Christ's glory, all rise in glee;
All told, the church is the central venue for worship,
Where we, the Church – the body of Christ – live our beliefs!

08-24-03

# PAGTITIPON SA EMERALD ISLE
## (NORTH CAROLINA, U.S.A.)

### I

Isa-isang dumarating sa bakuran ng tahanan,
Kababayan, kamag-aral, anyaya ni Leo Vocalan,
Taun-taon nagtititipon sa tahanang-bakasyunan,
Malayo man at malapit, nagtitiis na maglakbay.

### II

Nagsisikap na magdaos ng masayang pagdiriwang,
Taun-taon nagtatagpo sa bahay ng kababayan,
Bukas-loob ang anyaya sa kabayang kamag-aral,
Lahat tubo sa Angono kaeskuwela't kaibigan,
T'wing ikaapat ng Hulyo, pagtitipon ginaganap,
Sama-samang nagluluto, itinakdang kasayahan.

### III

Bawa't isa ay may dala ng pagkaing paborito,
Upang lahat makatikim sa hapag ng salu-salo,
Sa magiliw na pagtanggap kababayang Chuchi't Leo,
Bukas loob sasalubong may mabuting pakitungo.

### IV

Ang pagkaing tubig-dagat bawa't pook nitong mundo,
Mga isdang lamang-dagat kahit saan mapadako,
Iba't iba ang paraan ng paghuli at paghango,
Ang paraang natutunan ginagamit sa trabaho.

### V

Ang *patibong* na alambre hinuhuli alimango,
Nakalubog at may pain nasa tubig na malabo,
Ilang tao ang naglayag munting lunday ay nagtungo,
Sa paghanap ng *iskalop* sa malayo munting pulo.

94

# REUNION AT EMERALD ISLE
## (NORTH CAROLINA, U.S.A.)

### I

One by one, we set foot on the vast, sprawling lawn,
Classmate, townmate, at the Vocalans' invitation
To their vacation home; it's a yearly reunion;
A place so inviting, we don't mind leaving home.

### II

It's kept alive and exciting, this "homecoming"
That we look forward to ... a three-day gathering;
In appreciation of their cordiality,
To us all *Angonians*, wherever we may be;
Every fourth of July we hold the affair,
Camaraderie ... bonding ... cookout ... to remember.

### III

Everyone comes with a native, favorite dish,
For old friends to sample, to taste, and to relish;
Superb is the welcome of Chuchi and Leo,
Whose reception of guests is sincere and thorough.

### IV

I recall at this point the sight of seafood brought,
Fish from the world over and how they are caught;
There are different means to hook or haul them in,
From previous experience some of us at work learned.

### V

One way is to set a wire trap to catch crabs,
Immersing it in murky waters with the bait up;
An easy way to fish is to sail in a boat
To an islet to leisurely search for scallops.

## VI

Isang tao nag-aabang, nagmamatyag, nagtitiyaga,
Sampay-sampay sa balikat ang lambat na tawag *dala*,
Nagmamasid, naghihintay, umpok at *kawan ng isda*,
Agad niyang ihahagis lambat niyang dala-dala,
Upang agad na mahuli mga isdang naglipana,
Saka niya hihilahin upang tingnan at makita,
Kung ang *dala* nalukuban lumalangoy mga isda,
Matiyagang aalisin huling isda isa-isa.

## VII

Karanasan natutunan sa Angonong sinilangan,
Magulang at kababayan mangisda ang hanapbuhay,
Kaya ngayon sa bakasyon nagkaisa at nagbalak,
Na gamitin at iladlad nakahandang isang lambat.

## VIII

Kababaya't kaibigan, alam lahat ang gagawin,
Inihanda't siniyasat ang lambat na gagamitin,
Upang sila'y makahuli, mga isdang kakainin,
Dapat mayr'ong mga *pataw* at *pabigat* na pambitin,
Ang *pataw* ay pampalutang, ang *pabigat* sa ilalim,
Nang ang lambat ay mabanat at ang isda ay harangin.

## IX

Itinali isang dulo ng lambat ng mangingisda,
Sa haligi ng lunsaran, kahoy na ipinagawa,
Dahan-dahang hahawakan ang lambat ay ibababa,
Ilaladlad, binabanat, pahalang na hinihila,
Nang malayo ang maabot panghuli ng mga isda,
Basang lambat na may pataw kahulugan isang *tanda*,
Upang hindi sagasaan mga taong namamangka,
O sasakyang naglalakbay, dumadaang may makina.

## VI

Another way is to calmly watch and wait
With a net on one's shoulder and not mind its weight,
While patiently awaiting swimming school of fish,
And at sight, he casts the net as far as one's reach,
Over the unsuspecting fish down goes the net,
That is pulled with one's might because it's full and stretched;
*Dala*, it's called, cannot but catch fish in this way,
More than enough to share or fill a medium tray.

## VII

Past experience comes back from the land of our birth,
Of our parents and their peers who were all *fishers*;
It stands to reason that during this leisure time,
We relive the nostalgia of being fishermen.

## VIII

Experts are we in this native occupation,
Which now we're eager to enjoy in our vacation;
Assured with our know-how and the net to be used
To haul in a good catch for our own special food;
Ready are the *pataw* to mark the net floating,
And *pabigat* to stretch it down, block fish swimming.

## IX

One end of the net is tied by us "fishers"
To a post of the wooden dock or makeshift pier;
Cautiously held, the net is dropped in the bay,
Carefully spread and stretched taut crosswise all the way,
As far as the length of the net would allow
To ensure a bigger catch as we do know how;
The floating markers signal other boats farther,
To maintain distance and not to come nearer.

## X

Matapos na isaayos ang lambat na iniladlad,
Dalawang tao humahawak upang lambat ay mabanat,
Nang malayo ang marating isang dulo nitong lambat,
Nag-iingat sa paghila nang maayos pagkaladlad,
Mga pataw inaayos, sinisisid ang pabigat,
Sa isang dulo ilalagay magandang *palatandaan,*
May pabigat at may pataw, ang lambat ay nakahadlang,
Mga isdang lumalangoy mahuhuli nitong lambat.

## XI

Ang lambat ay iniwanan sa magdamag buong gabi,
Mangingisda'y matutulog at babangon nang madali,
Sa umagang pagkagising magtitingin kung may huli,
Ang lambat na nasa laot, kung ang huli ay marami.
Lulusong na isa-isa, dala-dala ang lalagyan,
Lamang-dagat na nahuli sa lambat na iniwanan,
Minsan huli ay talilong, alimango, isdang lapad,
Kahit anong lamang-dagat maaaring ikabuhay.

## XII

Matapos na siyasatin kahabaan nitong lambat,
Mga huling lamang-dagat iniahon sa *lunsaran,*
Panghinain nakahanda, mga babae naghihintay,
Lilinisin mga isda, lamang-loob aalisin,
Ibang isda ay dinaing, at iba'y kinaliskisan,
Ang natira ay hinati at ang iba ay inasnan,
Tubig tabang ang panghugas mga isdang lamang-dagat,
Habang isda ay sariwa ilulutong madalian.

## XIII

Iba't iba ang putahe marami ang nagluluto,
Isdang daing inaihaw, sinigang ang isang luto,
Ang iskalop na nakuha sa kabila munting pulo,
Inaihaw pagkalinis, at matiyagang iniluto,
Ang nahuli sa patibong matatabang alimango,
Ilalagay, iluluto sa tubig na kumukulo.

## X

When the net is properly dropped, and also stretched
By two of us in the water to its full length,
To the far end is tied a visible marker,
With the floaters above and the anchors under;
Blocked by the horizontal, taut net like a wall,
The net's eyes snag the swimming fish and catch them all.

## XI

The net would be left in the water overnight,
Till the following day in the early dawn light,
When the amateur fishermen would see their catch;
Is it bountiful? … Just enough? … or Isn't it much?
They would wade into the deep with their big basket,
To hold the "fishful" catch that was snagged in the net –
*Talilong, isdang lapad*, some prawns *at iba pa*,
Any edible seafood – God's bounty – like manna.

## XII

With the glee of the young, we inspect the soaked net,
Heavy with catch of all kinds on the wooden deck;
Excited and gleeful are the wives who're waiting
To clean the fish of the innards and start washing;
Some are made into *daing*, others must be scaled;
Still others are salted to be later divided;
Soft water for rinsing makes the fish ready,
While firm and fresh must be cooked immediately.

## XIII

This is when too many cooks "do not the broth spoil"
Of different dishes which are all so tasteful;
There is broiled *daing*, *sinigang* another dish,
The scallops, delicacies, tasty as shellfish,
Over red-hot coals are roasted or broiled;
The trapped crabs in a deep kettle of water are boiled.

## XIV

Nagluto ng mga gulay, pati *okoy* bagong hango,
Nagtorta ng ilang *talong*, ibang ulam ay nagluto,
Pagkahango ay inayos, nang matapos na magluto,
Ang lahat ng panauhin isa-isang nagtutungo,
Sa pilahan ng pagkain, sa hapag ng salu-salo,
Masasayang nagkainan mga lutong paborito,
Karanasang pagluluto ang magulang ang nagturo,
Kusinera't kusinero, lahi at tubo sa Angono.

## XV

Pagkatapos na kumain, kasangkapa't mga pinggan,
Nilinis at hinugasan, ibinalik sa taguan,
Ang iba ay nagpahinga, iba naman nagkuwentuhan,
Ng balita sa Angono, bayan nilang nilakihan,
Ibang tao ay natulog, kabataan ay namasyal,
At naligo sa baybayin, tawag ay Atlantic Ocean.

## XVI

Makikita, matatanaw, ang lawak ng karagatan,
Sa pandinig sumisipol simoy ng hanging amihan,
Nanggagaling sa may gitna *daluyong* ay tulak-tulak,
Mga bula nalilikha pagdating sa tabing-dagat,
Mga bata at matanda sa gitna ng buhanginan
Nababasa't inaabot ng tubig na gumagapang.

## XVII

Huling araw ng bakasyon, katuwaan, kasayahan,
Isa-isang kinukuha, iba't ibang kagamitan,
Nakalutang, nakalubog sa gitna ng tubig-alat,
Ilang tao ang lumusong upang kunin basang lambat,
Matiyagang inaalis mga lumot, damong-dagat,
Dahan-dahan at inayos sa buslo na paglalagyan,
Isa-isang tinatanggal mga pataw at pabigat,
Binanlawan na mabuti, malinis na tubig-tabang,
Ang lambat ng mangingisda, nababad sa tubig-alat,
Pagkalinis ay dinala sa garahe ng tahanan.

## XIV

Vegetables are a must for a complete, balanced meal,
There's *talong* omelette, other recipes still,
Golden and crisp *okoy,* hot from the skillet,
Lest they get limp and soggy, "come and get it,"
Laid out appetizingly, spread on the table,
All guests, the hosts, to the banquet, "come one, come all;"
As we dine and talk, we can't help but remember –
Good cooks are we, like our Angono roots, as ever.

## XV

Of course, clearing up the mess follows the good time,
Washing, cleaning, cooking utensils carefully hung,
While telling and exchanging jokes and pleasantries
Of common interest about the Philippines;
While the lethargic doze, the young ones take the chance
To wade or splash in the blue Atlantic Ocean.

## XVI

An exhilarating view of the vast ocean gives
An enervating feeling with the cool eastern breeze;
Out in the distance mountainous waves seem to push
Huge bubbles and sprays braking gently on the shores;
Young and old mingling on the sprawling sandy beach
Are amused by incoming tides crawling to their feet;
'Tis a time to seek nature with appreciation,
Now that we're soon to end this happy vacation.

## XVII

It's time now to put everything in order:
First concern is the net still left in the water;
Some friends wade knee-deep and together they haul it,
And pick out the moss and every bit of seaweed,
And remove the floaters and anchors with patience,
And with clean, soft water give them a good rinse,
Then store them with care in a specific basket;
In the host's garage for a long time they will rest.

## XVIII

Isang tao ang kumuha sa *bitag* ng *alimango*,
Inalis ang mga pain, itinaas at hinango,
Hinugasan, binanlawan, inilagay sa may dulo,
Ng *lunsaran* yaring kahoy, ipinagawa nina Leo,
Inalis na isa-isa dagat-lumot, dagat-damo,
Pagkalinis ay dinala sa silong at itinago.

## XIX

Ang sumunod na kinuha ay ang *bangka na may layag*,
Dalawang tao ang nagtulak munting bangka sa *daungan*,
Iba naman ang nagdala ng gantungang kailangan,
Upang bangka ay malagay at mahila sa bakuran,
Ang kasunod na kinuha ay "jet ski" na sasakyan,
Hinila nang dahan-dahan pinagsakyan na gantungan,
At nilinis na mabuti labas-loob kagamitan,
Nang maalis na mabuti ang maruming tubig-alat,
Upang laging maging bago kasangkapang minamahal,
Pagkalinis itinago sa garahe ng tahanan.

## XX

Matapos na mailigpit ang lahat ng kagamitan,
Labas-loob ng tahanan, isa-isang nagpaalam,
Masasayang panauhin, sa Vocalan na maybahay,
May magiliw na pagtanggap, kababaya't kaibigan.
Taun-taon nagdiriwang, nagtitipon, nagkikita,
Nagtatagpo sa Emerald Isle, sa Hilagang Carolina,
May nagbuhat na pamilya sa New Jersey at sa Georgia,
May nanggaling sa may New York at iba ay sa Virginia.
Ang lahat ng panauhin ay nagbigay pasalamat,
Isa-isang nag-alisan mga kotseng sinasakyan,
Daan-daang mga milya, ilang oras maglalakbay,
Bago lahat makarating sa iniwang mga bahay.

07-18-02

## XVIII

A guest gets the wire trap with its bait still hanging,
Which snared all the big crabs that they all had eaten;
He washes and rinses it at the wooden dock's edge
That Leo had purposely prepared such a place,
A space to work on, to anchor from ocean to shore,
To put away things well and be ready to store.

## XIX

Not to be left behind is the small sailboat,
Which two males to the wooden dock readily pushed;
Others laid planks in a crosswise direction
On which to push it to position on the lawn;
Last but not least is the "jet ski" to put away,
On the same planks was pulled gently without delay,
And thoroughly scrubbed and polished over its paint,
Of saltwater grime, they removed traces and stains,
So it would be spic and span, maintain its new look,
Reserved for the next use in the garage in a nook.

## XX

Goodbyes with handshakes, pats, hugs, and fond kisses,
Exchange between grateful guests and host and hostess,
Whose hospitality enhances each meeting
At Emerald Isle, North Carolina, U.S.A., with its lovely setting;
We are families from New Jersey and Georgia,
Some have come from New York, others from Virginia;
Profound happiness radiates from our hearts,
Written on all faces as we get in our cars,
As the miles we traverse, we're filled with thankfulness
That we'd be back home safe in our residences.

06-18-03

Tala:

Mula pa noong taong 1988 o 1989 taun-taon ay nagtatagpu-tagpo at nagtitipun-tipon ang magkakamag-aral sa Angono Elementary School Class of 1955, magkakababayan at magkakaibigan na tubo at lahi sa bayan ng Angono, Rizal, Philippines, sa bahay-bakasyunan nina Leopoldo (Popoy) at Chuchi Vocalan na nakaharap sa tinatawag na Bogue Sound at ang direksiyon Emerald Isle, North Carolina, U.S.A. Sa gawing silanganan ng bahay-bakasyunan ay ang tinatawag na Bogue Banks na nasa baybayin at dalampasigan ng tinatawag na Atlantic Ocean at sa gawing kanluran ay ang tinatawag na Bogue Sound ng Estado ng North Carolina, U.S.A. Ang mga pamilya na dumalo sa reunion, noong Hulyo 5, 6, at 7, 2002, ay ang mga sumusunod:

- Leo at Chuchi Vocalan at pamilya
  May-ari ng Bahay-Bakasyunan sa Emerald Isle, North Carolina, U.S.A.

- Ernesto (Erning) at Angelina (Lina) S. Alejandro at pamilya
  Naninirahan sa Jersey City, New Jersey, U.S.A.

- Josefino (Piyok) at Lisa B. Vocalan
  Naninirahan sa Martinez, Georgia, U.S.A.

- Constancio (Nonong) at Corina (Corie) T. Roan at pamilya
  Naninirahan sa Stormville, New York, U.S.A.

- Timoteo (Tim) M. at Dolores (Dolly) T. Saguinsin
  Naninirahan sa Virginia Beach, Virginia, U.S.A.

- At iba pang mga kaibigan ng pamilya nina Leo at Chuchi Vocalan sa North Carolina, U.S.A.

Ang aking sinulat at kinathang tula na pagtitipon sa Emerald Isle, North Carolina, U.S.A., ay alay ko sa lahat ng kababayan kong mga taga-Angono, Rizal, Philippines, lalung-lalo na sa mga mangingisda na katulad ng aking yumaong ama, Angel M. Saguinsin na nagtiis, nagtiyaga at nagpakahirap na maitaguyod ang kanilang mga pamilya upang mapag-aral ang kanilang mga anak na nagsikap na makatapos ng kanilang mga pag-aaral, at sa awa at tulong ng Maykapal ay nakarating sa ibang lupain. Dito'y hindi nakakalimutan ang mga paraan ng pangingisda na binubuhay nila ngayon sa kanilang pagtitipon sa Emerald Isle, North Carolina, U.S.A.

07-18-02

Note:

The yearly reunion among schoolmates of the Angono Elementary School Class 1955 and townmates and friends from Angono, Rizal, Philippines, has been held at Leopoldo (Popoy) and Chuchi Vocalan's vacation home on Emerald Isle, North Carolina, U.S.A., since 1988/1989. East of the vacation home is the shoreline of the Atlantic Ocean; on the west is the Bogue Sound of North Carolina, U.S.A. Worth noting are the families who have made memorable the reunion on July 5-7, 2002:

- Leopoldo (Popoy) and Chuchi Vocalan and family, the gracious owners of Emerald Isle, North Carolina, vacation house.

- Ernesto (Erning) and Angelina (Lina) S. Alejandro and family from Jersey City, New Jersey, U.S.A.

- Josefino (Piyok) and Lisa B. Vocalan from Martinez, Georgia, U.S.A.

- Constancio (Nonong) and Corina (Corie) T. Roan and family from Stormville, New York, U.S.A.

- Timoteo (Tim) M. and Dolores (Dolly) T. Saguinsin from Virginia Beach, Virginia, U.S.A.

- Other attendees are family friends of Leo and Chuchi Vocalan from the State of North Carolina, U.S.A.

This poem is dedicated to all my townmates from Angono, Rizal, Philippines, especially the fishermen who, like my father, Angel M. Saguinsin, persevered and endured a lot to provide for their families. Their children, in turn, endeavored to finish their studies and, with God's merciful benevolence, sought and found "greener pastures" abroad. This poem honors the memories of these parents and captures the colorful nuances of the past in their fishing livelihood.

06-18-03

Water buffalo, or *carabao,* in rice field, February 1965.

Fisherman's throw net, or *dala.*

Fishermen's wives cleaning the catch.

## "WALANG KRUS, WALANG KORONA"

### Alaala ng Lumipas

Tahimik na iniisip, masasayang karanasan,
Sumisibol sa gunita, panahon ng kabataan,
Tandang-tanda sa isipan, maliwanag ang larawan,
Sa gunita't balintataw, alaala ng lumipas,
Malikhaing guni-guni, nag-iisip at nangusap,
Unti-unting sinariwa mga araw na nagdaan,
Matiyagang itinala ang nakitang pamumuhay,
Sa bayan n'yang sinilangan na Angono ang pangalan.

### Pagsasaka

Noong ako'y lumalaki, sa bayan kong minumutya,
Kahit saan ko ibaling mapanuring mga mata,
Nakikita't namamasid, matatanda't mga bata,
Masisipag, nagbubungkal, lupain ay sinasaka,
Mabubuting mamamayan, nabubuhay na matiyaga,
Walang tigil nagsasaka, magmula pa sa umaga,
Hanggang hapon tulo pawis sa paglinang nitong lupa,
Dahil ito hanapbuhay nitong abang magsasaka.

### Pastol ng Kalabaw

Matapos na araruhin, lupa't bukid na may tubig,
Ang katulong na kalabaw ay dadalhin sa may lilim,
Ilalim ng punong kahoy, maginhawa at mahangin,
Pagod ng tao't kalabaw kailangan ay pawiin,
Pahingalay nararapat, lakas dapat ay mabalik,
Upang handa at masigla, mga araw na darating,
Sa matiyagang pagbubungkal ng malawak na bukirin,
At paglinang ng lupain sa palay na itatanim.

Mga batang tumutulong pagsasaka ng magulang,
Matiyagang hinahanap ang kalabaw na masipag,
Sa malawak na lupain at madamong kaparangan,
Sa maghapong walang tigil sa paghila ng *araro*,
Kalabaw ay maghahanap ng sariwa't lunting damo,
Magpalipas ng panahon, magpahinga at maglaro.

## "NO CROSS, NO CROWN"

### Reminiscences of the Past

In silent reverie, gladsome past experiences
Spring in my memory of those youthful days;
I remember vividly scenes so clearly etched
In my imagination – memories of the past.
In my creative mind, I soliloquize,
In retrospection of how each fond thought lies,
Of ways of living in Angono, my hometown,
And of which now I have patiently written down.

### Farming

As I was growing up in my beloved hometown,
Wherever I set on my sight so observant,
I couldn't help but notice the young and the old,
Cultivating the soil in the heat and the cold;
Law-abiding citizens living by their sweat
Working the land with all their strength;
They do nurture the sodden earth from dawn to dusk,
Because to them farming is their livelihood task.

### Pasturing the *Carabaos*

Once the plowing is done on the field irrigated,
The faithful *carabao* is taken to the shade
Beneath the spreading branches where air's cool and fresh;
Man and beast seek shelter, together take a rest,
To relax taut muscles and regain lost strength,
To be ready for the next chores, not be out of breath,
Fertilizing the soil in the vast plantation,
Making it ready for the rice-planting season.

Little boys on whom farmer-parents depend
Assist with the faithful *carabaos* that they tend;
To lead them to graze on the green, grassy meadow,
After pulling the plow in steady pace, though slow;
As the *carabaos* recharge by themselves on the grass,
The shepherd boys romp and play; they have time to pass.

Ang magpastol ng kalabaw sa parang at kabundukan,
Gawain ng mga bata pag-alis sa paaralan,
Masasaya kahit pagod, 'pag nakita ang kalabaw,
Maliit pa ay alaga, katulong sa hanapbuhay,
Mag-araro at maglinang, maputik na kabukiran,
Maihanda't mataniman, mga gulay at halaman.

## Pangingisda

Kaibiga'y walang tutol sa pagtulong at paggawa,
Bawa't utos ng magulang na magtanim at magsaka,
Katulad ng kapitbahay, kahirapa'y nadarama,
Hanapbuhay ng magulang tuwing gabi ay mangisda,
'Daling araw ay gigising sasalubong sa may *Wawa*,
Nang makita't maalaman kung may huling mga isda,
Minamahal niyang ama sa magdamag ay nagtiyaga,
Makahuli't makaipon pampakain sa pamilya.

## Paraan ng Pangingisda

Mangingisda hanapbuhay, mga taong mamamayan,
Nakatira at may bahay malapit sa tabing-dagat,
Ang manghuli at mangisda, iba't iba ang paraan,
Marami sa mga tao gumagamit ng *salambaw*,
Hinuhuli mga hipon ginagamit tawag *sakag*,
Dalag, hito nahuhuli, gamit naman ay *salakab*.

### Pukot at Kitid

Marami sa mga tao pangkat-pangkat kung mangisda,
Tulung-tulong sa paggaod patungong Lawa ng Laguna,
*Mamumukot* kung tawagin, *lambat-pukot* dala-dala,
*Bangkang-pukot* ginagamit, panghuli ng mga isda,
Ibang tao *nangingitid*, nagsisikap na mangisda,
*Lambat-kitid* ang panghuli, ginagamit munting *bangka*.

### Dala

Ibang uri ang panghuli, dalang lambat tawag *dala*,
Nakatayo mangingisda sa kanyang munting bangka,
Nakasampay sa balikat ang lambat ay nakahanda,
Nagmamasid, nagsisikap, mahuli *kawan ng isda*,
Bigla niyang ihahagis angking lambat ay bubuka,
Upang agad malukuban lumalangoy mga isda.

Pasturing *carabaos* near mountains on the plains
Is fun to schoolboys after class, barring the rains;
With the old *carabaos*, the shepherds have their way
As they pasture them with care from day to day;
They know the importance of the beasts to them and
To their parent-farmers – these beasts of burden.

## Fishing

Friends of my childhood had no qualms in obeying
The errands for parents working hard for a living;
Want and deprivation, like strong rains in their lives
Inculcate humility in the will to survive;
With fathers fishing in the cold sea overnight,
It's the son's task to meet him in the morning light
To appease his tiredness with a simple breakfast,
And make the most of the sales from his good or lean catch.

## Ways to Fish

To these men, fishing was the main occupation;
Not far from the seashore, they had their humble home,
The sea was quick to reach; many were their ways to fish;
One was the *salambao*, where the catch could be rich;
Lots of shrimp could be had using the old *sakag*;
Mudfish and catfish could be trapped with *salakab*.

## *Pukot and Kitid*

A big group of fishermen that comprise a team,
Who row together and divide tasks among them,
*Mamumukot* they are, *lambat-pukot* is their net,
*Bangkang-pukot* is their huge, wooden vessel;
A lone fisherman is called the *mangingitid*,
A small net, *kitid*, goes with a boat of small build.

## *Dala*

Unique is this net – *dala* – borne on his shoulder,
As the fisherman stands in the boat with this gear;
Gliding quietly, his stance ready, his eyes keen
On a school of fish in the blue waters swimming,
At which he quickly casts the *dala* that spreads,
As it falls and covers all the passing fish heads.

111

### Panunuso

Ibang tao nanunuso, *pahuran* ang ginagamit,
Upang mangalap at humuli, hinihila sa ilalim,
Sa putikan nakapatong, gitnang dagat na malalim,
 Dahan-dahang nakukuha mga susong maliliit,
Isda, *suso*, ilang hipon, tangay-tangay pati putik,
Makikita sa pag-angat ng *pahuran* tanging gamit.

### Pamimingwit

Mga bata ay abala sa paghuli at paghanap,
Sa *palakang* nakatago sa lunting damo at putikan,
Sa baybayin, tabing-ilog, sa gilid at tabing-dagat,
Kabataa'y nagtitiyaga, pamingwit ay hawak-hawak,
Nagsisikap makahuli mga isdang nakaabang,
Sa bingwit na nakalawit na may pain na masarap.

### Pag-iitik

Ang nahuling suso't hipon, pagkain ng mga itik,
Alaga ng mga taong hanapbuhay *pag-iitik*,
Sa bakuran ay may *puya*, tabing-ilog na may tubig,
Kailangan balat-suso ng itik sa kinakain,
Upang itlog hindi *bamban*, sa oras ng pangingitlog,
Mga itik ay tahimik kapag sila'y hindi gutom.

### Panag-arawan

Upang iba ang makita, bigyan pansin tabing-dagat,
Ang halaman ay luntian sa kaparangang natatanaw,
Marami ang may alaga ng sariwang mga gulay,
Mga prutas pinatubo sa lupang *panag-arawan*,
Magulang at mga anak tulung-tulong sa paglinang,
Ng lupain na mataba, sa bukid at tabing-dagat.

### Panunuso

Scouring the seabed for shells ... *panunuso* it means,
Using the *pahuran* ... the net moved by dragging
And slowly scraping on the mud down in the seabed,
Where, by its motion, all things beneath it will take:
Tiny fish, shells, shrimps, even mud-tangled seaweeds
Would greet the eyes once the heavy *pahuran* lifts.

### Bingwit

Kids enjoy this way of fishing called the *bingwit*,
Especially searching first for frogs and worms as bait,
In the grassy, muddy coastline together;
Then they hold out the rod, line, baited hook and sinker,
And patiently await the tug when fish do bite,
In a flash, the rod's swung, wriggling fish caught at last!

### Pag-iitik

All the mixed shells, shrimps, seaweeds scoured from beneath
Would serve as the much appreciated duck feed,
To store in the duck yard, or *puya,* in the rear edge,
Where ducks really need the right mixture of seashells;
Duck raisers know this prevents laying of soft-shelled eggs –
*Bamban,* as they're called, are not laid from ducks well fed.

### Summer Farming

Now let's turn our sight to a vast, seaside meadow,
Here where plants are over the plain in view;
Suntanned citizens raise vegetables on this farm,
And fruits on crawling vines on this *panag-arawan*;
Parents and children take advantage of this earth,
Fertile soil that receding summer tides have left.

## Paraan ng Pamumuhay

Kapag tingin ay nagawi sa bundok sa silanganan,
Mga tao naglilinis mga pook na madawag,
Binubungkal pulang lupa, tataniman ng halaman,
Tinatawag na *kaingin*, nilinis na kagubatan,
Nagtatanim ng kamote, kasaba't pagkaing-ugat,
Ibang tao nag-uuling gawa nilang hanapbuhay,
Mga *uling* ginagamit iba't ibang pamumuhay,
Katulad ng plantsadora, paglilitson, pag-iihaw,
Pagluluto ng *bibingka*, ginagawang hanapbuhay.
Ibang tao'y nangangahoy panggatong na kailangan,
Sa bundok at kagubatan punung-puno ng kahuyan,
Panluto sa umagahan, tanghalian at hapunan.

## Pagsisikap

Kababatang kaibigan, kalaro at kamag-aral,
Lahat anak ng mahirap, masisipag na magulang,
Hikahos ang kabuhayan, nagsisikap na mag-aral,
Nagtitiyaga na magbasa nang lumawak kaisipan,
Nang matuto at umunlad ang buhay na dinaranas,
Mahango at pabutihin kalagayan nitong buhay,
Kabataa'y tumutulong sa masikhay na magulang,
Sa pagbungkal at magtanim malawak na *kabukiran*.

## Pagtulong sa Magulang

Marami sa kabataan lumalaking masisipag,
Katulong sa pangingisda, magsaka at maghalaman,
Mag-alaga nitong itik at magpastol ng kalabaw,
Dinaranas hirap pagod sa pagtulong sa magulang,
Nadarama't nakikita, pagtitiyaga't paghihirap,
Pag-aruga sa pamilya ng magulang na masikap.

08-11-02

114

## Other Livelihood Means

Look to the east on the slopes of the mountains,
You'll see men hacking at thorny bushes and vines,
Making of the earth a rich, spacious clearing,
That would be for planting what is called *kaingin*;
Here they'd grow *camote* – yams – and other root crops;
Some make charcoal – *uling* – though sales here are not much,
To supply other livelihood means with needed fuel:
Like ironing service, roasting *lechon* for sale,
Broiling corn and *bibingka*, pork bits barbecued;
Others cut branches and twigs to sell as firewood,
From forests and hills used to be laden with trees;
Gone are those days; now it is the law that forbids.

## Striving Hard

Childhood friends, playmates, also schoolmates,
Raised in want by indigent but striving parents;
Hard-up lives, yet earnest in obtaining schooling,
Acquiring enough knowledge, and learning by reading
To develop one's talents and obviate strife,
To achieve progress and to better one's life;
These youth brave hardships, persevere with their parents,
In every labor that is within their limits.

## Assisting Parents

It's gratifying that the youth grow dutifully,
Assisting parents to farm, fish, plant caringly,
Raise ducks, graze or pasture and herd the *carabao*,
Going through all sorts of duties just to help out,
Seeing for themselves parents' unselfish duty
To keep body and soul together for the family.

06-18-03

115

# KAPAG MAY HIRAP, MAY GINHAWA

## Alaala ng Lumipas
### (Gunita)

Dahan-dahang isinulat nasa isip at *gunita*,
Malikhaing guni-guni, unti-unting naging tula,
Karanasang nakaraan tuloy-tuloy na kinatha,
Isa-isa, sunod-sunod, nabalik sa alaala,
Matiyagang inihanay upang ito'y malathala,
Upang muling magunita sa isipa'y 'di mawala,
Ang buhay ng mga tao sa Angonong minumutya,
Upang hindi malimutan, at mabasa nitong madla.

## Pag-aaral

Magbuhat sa kamusmusan, nag-aral sa paaralan,
Sa Mababang Paaralan ng Angono, aming bayan,
Nagpatuloy na mag-aral sa gitna ng kahirapan,
Nakaraos, nakatapos sa mataas na paaralan,
Malayong bayan ng Pasig, kapit-bayan tawag Taytay,
Lalawigan nitong Rizal, nagtapos ang kabataan.
Sa tiyaga't pagsisikap, mahihirap na magulang.
Masikhay na tinulungan mga anak na masipag,
Nang mapanuto sa landasin, at lumawak ang isipan,
Sumunod sa mga batas, umunland ang kabuhayan.

# BUHAY SA ANGONO

## Pagtulong

Noong sila'y nag-aaral sa mataas na paaralan,
Mga guro'y nagtataka kaunti niyang mag-aaral,
Madalas na nahuhuli takdang oras ng pasukan,
Nagsiyasat itong guro, ano sanhi at dahilan,
Nang pagpasok sa 'di oras matalinong mag-aaral,
Kinausap ang magulang saka niya napag-alam,
Maaagang gumigising, tumutulong sa magulang,
Magpakain mga *itik*, maghatid sa kabukiran,
Salubungin mangingisda, sa pampang at tabing-dagat,
Matulunging mga anak sa masinop na magulang.

# WHERE THERE'S PAIN, THERE'S GAIN

### Memories of Years Gone By
### (Reminiscences)

Memories of the past serenely come to mind,
Creative imaginings turned into poetic lines
Of past experiences that rise continuously
One after another they come back vividly;
Patiently they're laid out as readable concept,
To be always remembered and mentally kept,
The ways of life then in my beloved hometown,
Never to be forgotten, once they're written down.

### Going to School
### (Seeking Learning)

From innocent childhood we've sought learning in full
In good, ol' *Angono Elementary School*;
Despite the vicissitudes of lacking so much,
We reached *Rizal High School* through perseverance;
In *Pasig*, which then seemed so very far from us
In *Rizal* province, we graduated at last!
Education has given youth life's direction
With developed talent and improved position.

## LIFE IN ANGONO

### Dutiful Helpers

This nostalgia dates back to our high school days
When some teachers noticed some students would come late;
This wasn't always, neither was it only once
That led concerned teachers to find the reason why;
When asked, parents replied with pride to their question:
"Our sons are not truants; they are up with the dawn,
Feeding ducks, taking their father's early breakfast
On the farm, or from the sea with their catch;
At times these tasks cause them their unwanted delay;
It's an expedient of life in this hard way."

## Gawa at Pag-aaral

Nagpatuloy na mag-aral sa kolehiyo't pamantasan,
Mga anak ng magulang may kaunting kakayahan,
Ibang anak ay naghanap ng gawai't hanapbuhay,
Sa Maynila't ibang bayan pantustos sa pag-aaral,
Sa araw ay hanapbuhay, sa gabi ay nag-aaral,
Nagtitiis, nagtitiyaga sa hirap na dinaranas,
Na mag-aral at matuto mahalagang karunungan,
Mahango sa kahirapan, bumuti ang kabuhayan.

Kababatang kaibigan, kalaro at kamag-aral,
Lahat anak ng mahirap, minamahal na magulang,
Hindi lahat nagpatuloy mag-aral sa pamantasan,
Dahil hindi makayanan kabuhayan ng magulang,
Marami ang nakatagpo at iba ay nagkapalad,
Makakuha ng trabaho sa lunsod at ibang bayan,
Iba naman nagpatulong sa ninong at kamag-anak,
Makakita at matanggap kahit anong hanapbuhay.

Sa hirap ng kabuhayan, kahit sino'y lalapitan,
Pakiusap at regalo, ginawang lahat ang paraan,
Upang pakay makatagpo kailangang hanapbuhay,
Tumulong sa kahirapan at kung gabi ay mag-aral,
Ang ilan ay mapapalad, padrino ay malalakas,
Iba nama'y walang suwerte, mahina ang nalapitan,
Sa tiyaga't pagsisikap, kabataang laking hirap,
Nagtrabaho at nag-aral, tinapos ang pag-aaral.


## Hanapbuhay

Natapos sa pamantasan at mataas na paaralan,
Ngayong sila'y may sandata, karunungang natutuhan,
Nagharap ng kahilingan nagustuhang hanapbuhay,
Awa't tulong ng Lumikha, sa U.S. Navy ay natanggap,
Iba namang propesyonal matiyagang kababayan,
Nagtungo sa ibang bansa dahil doon nakahanap
Ng magandang hanapbuhay nang umunlad kabuhayan,
Mahango sa kahirapan magulang na masisikhay.

## Self-Supported Schooling

On to the institutions of higher learning
Are offspring in abundance or affluent means;
Children from the rough, downside tracks of the land,
Sought jobs in the city or where work could be found;
In the daytime they're workers, at night they're students,
Striving over hurdles, trying without relent,
To pursue their studies, acquire education,
To rise from poverty through a profession.

Childhood friends, playmates and several schoolmates
From striving families but devoid of life's ease,
Resigned themselves to foregoing college meantime;
Rather than brood, they held on with positive minds,
Learned a trade, a craft in vocational courses,
And acquired skills to prepare for work at less stress;
Others sought relatives' help or so-called godfathers,
To land honest jobs even as manual workers.

Amid crosses and thorns in life, they take each chance
With pleas and practical gifts to concerned ones,
Just to obtain a promise or a hope to hang on;
Jobs in the day, books at night, through any vocation;
In their pursuit, a few are blessed with persistence
And with the mercy of the Lord, achieve their dreams,
But those used to a life of want accept the challenge
With determination they hurdle obstacles.


## Vocations

With a college degree or a high school background,
Education builds confidence to look forward;
Applications are made to steady vocations;
In the U.S. Navy, one gets a position;
Some professionals after graduating
Migrate abroad where they are now working;
These occupations that certainly bring progress
Justify and reward parents' sacrifices.

## Mandaragat o Marino

Kabataang mandaragat, tubong bayan ng Angono,
Natalaga't itinakda sa Norfolk at sa San Diego,
Hindi sila nakalimot, kahit sila ay malayo,
Sumusulat sa magulang, sinunod ang mga payo,
Kayang tulong nagpadala kahit maliit itong suweldo,
Mga anak na mabait, mandaragat at marino,
Nagtitiis sa barko n'ya, mahirap man ang trabaho,
Tinulungan ang magulang, sa paghihirap ay mahango.

## Sa Ibang Bansa

Kababayang propesyonal, napadpad sa ibang bansa,
Nagsikap maghanapbuhay sa Europa't Amerika,
Marami ang napadako sa Canada at Australya,
Sa hirap na naranasan, pangingisda't pagsasaka,
Hindi nila nalimutan sumulat at magpadala,
Bahagi ng natausan kahit kaunting halaga,
Na pambili ng pagkain, mga tulong sa pamilya,
At pantustos sa kapatid, mag-aral sa Pamantasan.

## Taga-Angono

Nakaraang mga taon, pinagtagpo ng tadhana,
Natipon sa Virginia Beach, taga-Angonong may pamilya,
Sa Chesapeake at sa Norfolk, sa Estado ng Virginia,
Samahan ni San Clemente nabuo at nagkaisa,
Nagdiriwang, nagdaraos Pista ng Bayang Angono,
Tuwing buwan ng Nobyembre para sa aming Patrong totoo,
Katulad ng kasayahan sa Angonong sinilangan,
Noong kami'y lumalaki 'di malimot tuwa't galak.

## Katutubong taga-Angono

Pamilyang magkakasama, tubong bayan ng Angono,
Marami ang propesyonal, karamihan retirado,
Naglingkod sa U.S. Navy at pati sa U.S. Coast Guard,
Manggagawa, mga narses, kawani at inhinyero,
Manggagamot at dentista, artista at mekaniko,
At iba pang hanapbuhay na mabuti sinasahod.

## Sailors or Mariners

Youthful seafarers from my native Angono
Were stationed in Norfolk and in San Diego;
They never forgot, although they were miles apart,
To write to their parents right from the start;
They remembered their counsel, sent home some earnings,
Endured the rigors in each seagoing vessel;
They were dutiful sons – sailors and mariners –
That reciprocated the persevering elders.

## Greener Pastures

Townmates with professions migrated across the seas
To Europe and America in search of better means;
Some traveled to Canada and Australia,
Left behind the farming and fishing work saga,
But they kept in contact through letters and presents,
Augmented the food chain with steady logistics,
In cash and in kind, which they could afford,
To send younger siblings to school as they, too, should.

## *Angonians* Abroad

Through the long years, destiny played its fateful hand,
When in Virginia Beach met families from my land,
In Virginia from Norfolk and Chesapeake,
And in St. Clement's honor, as if we were in league,
Agreed to celebrate his Feast as in our town,
Every November twenty-three to thank God for our Patron.

## In All Walks of Life

Growing families with Angono as origin
Count professionals and retired men among them
U.S. Navy and Coast Guard personnel,
Workers, nurses, engineers, employees as well,
Artists, mechanics, dentists and doctors,
Whose means are stable, whose lives are now secure.

## Mga Pamilyang taga-Angono sa Virginia, U.S.A.

Rey T. at Delia C. Arenas
Emil U. at Rhodora P. Blanco
Nestor V. (1934-2002) at
   Connie S.P. Blanco
Rosa A. Blanco
Puring Capistrano
Mario P. at Beth M. Mahayag
David L. at Virgie C. Orca

Ernesto S. at Gioconda Reyes
Alfonso Z. at Joyce Ricohermoso
Timoteo (Tim) M. at Dolores
   (Dolly) T. Saguinsin
Felix M. at Rebecca M. Samson
Marlon B. at Romina G. Samson
Armando L. at Julie B. Senson
Sonny C. at Vikkie R. St. George

At iba pang mga pamilya na naninirahan sa Estado ng Virginia, U.S.A.

### Paumanhin

Kababayang ginigiliw, kung kayo may 'di nabanggit,
Huwag sanang ikagalit, dahil iyan lang nasa isip,
Natandaa't naisulat, hingi ko ay paumanhin,
Pagkukulang na nagawa, sa gunita'y di mabalik.

### Taga-Angono sa America at Canada

Marami sa kababayan, ibang bansa ang narating,
Mayroon sa San Francisco, mayro'n din sa New York City,
Marami sa Los Angeles, iba nama'y sa New Jersey,
Nanirahan karamihan Estado ng California,
Mayroon sa Massachusetts, pati sa North Carolina,
May kabayan na nagtungo ilang pook sa Canada.

### Taga-Angono sa America

Ang ilan ay nasa Georgia, ang iba'y nasa Florida,
Mayro'n pa ring nasa Texas, may napadpad sa Nevada,
May natira sa Vallejo, ang iba nasa San Diego,
Sa Estado nitong New York, ang ilan nasa Chicago,
Mayroon sa Pennsylvania, marami sa Jersey City,
Iba'y nasa Staten Island, mayro'n sa Washington, D.C.,
At iba pang mga lunsod at pook sa America,
Masikap sa hanapbuhay, taga-Angono naglipana.

Couples with Roots in Angono - Now in Virginia, U.S.A.

Rey T. and Delia C. Arenas
Emil U. and Rhodora P. Blanco
Nestor V. (1934-2002) and
    Connie S.P. Blanco
Rosa A. Blanco
Puring Capistrano
Mario P. and Beth M. Mahayag
David L. and Virgie C. Orca

Ernesto S. and Gioconda Reyes
Alfonso Z. and Joyce Ricohermoso
Timoteo (Tim) M. and Dolores
    (Dolly) T. Saguinsin
Felix M. and Rebecca M. Samson
Marlon B. and Romina G. Samson
Armando L. and Julie B. Senson
Sonny C. and Vikkie R. St. George

And other families in other parts of the
Commonwealth (State) of Virginia, U.S.A.

## With Apologies

My dear fellowmen, if your names have been missed,
It was plain oversight – my sincere apologies;
Just what had come to my mind was what I wrote down;
For my sin of omission, I beg your pardon.

## *Angonians* in America and Canada

Most of my townmates to other places have been,
Some to San Francisco, others to Los Angeles;
There are those in New York City and in New Jersey;
Many have stayed in the State of California;
Some in Massachusetts and in North Carolina,
Still there are those who have moved to Canada.

## Still in America

A few are in Georgia, others in Florida,
Some are based in Texas, others stayed in Nevada,
Some have lived in Vallejo, others are in San Diego
And in the State of New York, also in Chicago,
Others in Pennsylvania, many in Jersey City,
Some in Staten Island and in Washington, D.C.,
And all over the North American continent,
*Angonians* strive to their hearts' content.

## Taga-Angono sa Ibang Bansa

Marami sa kabataan nakarating sa bansang Japan,
Ilan naman nanirahan sa Hawaii at pulong Saipan,
Mayro'n namang nagtrabaho, namuhay sa pulo ng Guam,
Ilang tao nandayuhan, sa pook na tawag Taiwan,
May kabayan na natira sa malayang lunsod tawag Hong Kong,
Nakatagpo ng trabaho bantog lunsod tawag London,
Kahit saan nakalunsad, lahat sila'y tumutulong,
Sa naiwang kamag-anak sa munting bayan ng Angono.

## Gantimpala

Marami sa kababayan, may padala sa tuwina,
Sa magulang na naiwan sa Angonong minumutya,
Mga hirap na dinanas, palagi sa alaala,
Ang kapatid at magulang sa pagod ay magkasama,
Kaya ngayong may trabaho, kahit hirap ay masaya,
Nagsisikap na tumulong sa *hirap* at sa *ginhawa*,
Sa magulang sa Angono alam niyang tumatanda,
Karapatdapat na lingunin at bigyan ng *gantimpala*.

*Angonians* Everywhere

Many adventurous youth have reached Japan;
Others established themselves in Hawaii and Saipan;
Still others worked and lived on the island of Guam;
Other people braved it on the island of Taiwan;
Many countrymen chose to work in Hong Kong;
Some found their luck in the city of London;
Wherever *Angonians* have settled themselves
With their roots in Angono, "home is where the heart is."


Looking Back to Our Roots
(In Gratitude to Our Parents)

Most of our townmates frequently send presents
To their roots in Angono, their beloved parents;
Their sacrifice for us, we always have in mind
And our siblings, thoughts of whom are ne'er behind;
With job security, beyond "guts is the glory,"
Beyond "thorns is the throne," to help, we are ready,
To reciprocate the dear parents now growing old;
Look back! They deserve the "rainbow's pot of gold."

## *Balikbayan*

Taga-Angonong kababayan, buhat sa iba't ibang bansa,
Minsan-minsan umuuwi, dumadalaw nang makita,
Kamag-anak, kaibigan, matagal 'di nakikita,
Upang muling magunita, masasayang alaala,
Kapag sila ay dumating, minsan-minsang pagkikita,
Katuwaan at kuwentuhan, bawa't isa'y may balita,
Magulang at kamag-anak, kaibigan maligaya,
Nagtitipon sa handaan, salu-salo sa lamesa.

Balikbayan kung turingan, kababayan ay masaya,
Kapag siya ay dumalaw, kamag-anak natutuwa,
Hindi niya nalilimot, ang hirap sa pagsasaka,
Puyat, pagod sa pagtulong, magulang na mangingisda,
Ama't inang mag-iitik, mananahi, manininda,
Ang pagtulong sa magulang, mahalagang ginagawa.

Ngayong siya'y nagkapalad, nakarating sa ibang bansa,
Pinabuti pamumuhay, pagsisikap, pagtitiyaga,
Kabuhayang natagpuan, awa't tulong ng Lumikha,
Bukas-palad hinahati, kapalarang tinamasa,
Ugali ay dating gawi, kasama sa luha't tuwa,
Kahati n'ya ang magulang, sa *hirap* at sa *ginhawa*.

08-31-02

126

*Balikbayans*

Angono townmates from places far and wide,
Would come home at times, leaving job concerns aside,
To meet kin and friends who have been so sorely missed,
And old, happy memories, together reminisce;
Homecoming is a reason to meet and unite,
Fun goes on, so with news exchanges left and right;
Parents and friends are all suffused with joyfulness;
Feasts are enhanced by everyone's true happiness.

*Balikbayan* is the name aptly coined by the country;
His visit brings untold happiness to so many;
Despite long absences, past travails he ne'er forgets,
The litany of enduring sacrifices
Of parent-fishermen, farmers, seamstresses, vendors
Whom he always was with, in all their endeavors.

Now that fortune did smile on him overseas,
Raised standard of living, he has through diligence;
He overcame with God's mercy the thorns and crosses;
Now his bounty he willingly shares;
This generosity isn't just out of mercy,
But sharing love with parents in want and plenty.

06-18-03

127

# PISTA SA ANGONO

### Sa Karangalan ni San Clemente

Noong aming kabataan, sa munting bayan ng Angono,
Nakikita't namamasid, ugali't gawing Pilipino,
Tradisyon sa aming bayan, mga gawi ng ninuno,
Kasayahan nagdaraos, pistang bayan ng Angono,
Tuwing buwan ng Nobyembre, ikadalawampu at tatlo,
Taun-taon nagdiriwang, San Clemente aming patron,
Katuwaa't kagalakan, buong bayan ay namumuno,
Ang pagkain ay sagana, maraming banda ng musiko.

Siyam na gabi ang nobena sa simbahan ginagawa,
Taong bayan nagtitipon, Poong Santo sinasamba,
Rosaryo ay dinarasal, ang pari ay nagmimisa,
Taimtim ang panalangin, nakaharap sa dambana,
'Pag natapos ang nobena, ang tugtugin ng kampana,
Masasaya't masisigla, mga bata at matanda,
Sa patyo ay nagsasayaw, sa himig na magaganda,
Hirap pagod napapawi, sa musika nitong banda.

Kung *Bisperas*, araw bago kapistahan, may palaro,
At pasayo, may tugtugan, bawa't barrio may musiko,
Mga banda naglilibot, masasaya mga tao,
Kusinera, kusinero, abala sa pagluluto,
Sa gabi'y may serenata, mga tao dumadalo,
Mapakinggan, maulinig, mga banda ng musiko,
Nanggaling sa ibang pook, sa tugtog ay mahuhusay,
Kaya sila inupahan makadalo sa pistahan.

# FIESTA IN ANGONO

## In Honor of St. Clement

Since youth I've felt that in the town of Angono,
Culture has run so deep, very Filipino;
Tradition took root as bequeathed by forefathers,
Foremost of which is the town's main feast,
In the month of November on day twenty-three;
All await the feast day of our *San Clemente*;
Unbridled festivity is felt everywhere,
Thoughts of bountiful treats, bands playing martial airs.

Novena-Masses in the church every night,
Fill the hearts of the townspeople with much delight,
Rosary praying for nine nights, Mass offering –
In that sequence for God's glory and thanksgiving;
At the end of each night's activity, bells ring loud,
The throng moves out of the church, the young and the old;
The churchyard overflows with them gaily dancing
To the lively band's joyous, very loud playing.

Fiesta eve – penultimate day, or *Bisperas* –
Each barrio in town donates a famous brass band
That plays lively airs as they parade down the streets,
While cooks in each home prepare for the next day's feast;
There's a band concert in the plaza in the evening,
To the pleasure, contentment, of the music-loving;
The brass bands recruited from different places
Play their very best pieces to show their prowess.

## Kaarawan ng Pista

Kaarawan nitong pista, may tugtugan, may parada,
Pagkatapos na magmisa, binabadya ng kampana,
Prusisyon ay lumalabas, sa bayan ay gumagala,
Mga banda tumutugtog, mga tao'y masasaya,
Parehadora'y magaganda, may parol sa *endramada*,
Bawa't bakod ay may gayak, may *higanteng* nagsasayaw,
'Pag dating sa tabing-dagat, sa may Lawa ng Laguna,
Poong Patrong San Clemente isasakay sa *pagoda*.

Mga tao hinihila, ang pagoda sa may gitna,
Nitong Lawa ng Laguna, sa kanluran ng Angono,
Kapag tao'y may nahuli, kanduli o ibang isda,
Isasabit nilang lahat sa setro ni San Clemente,
Pagkatapos masiyahan sa paghila ng pagoda,
Ang parada at prusisyon iaahon na sa lawa,
Dito ngayon ang simula kasayahan nitong pista,
Kaibigan ng *barkada*, hindi basa at kasama,
Sa paghila ng pagoda, hahanapin 'pag nakita,
Bubuhusan nitong tubig, isasama sa parada.

Kababayang minamahal, lahi't tubo sa Angono,
Nagkapalad makarating, ibang pook, ibang bansa,
Mga taong nakaraan, pinagtagpo ng tadhana,
Hindi nila malimutan, kasayahan tuwing pista,
Kaya't ngayon nagdiriwang, bawa't grupo at pamilya,
Nagtatakda, nagdaraos ng Pista ni San Clemente.

Marami sa kababayan, ibang pook ang narating,
Karamihan nanirahan sa Estado ng New Jersey,
Sa Estado nitong New York, may pamilya na nagawi,
Mayro'n sa Staten Island, may ilan sa New York City,
Ang samahan ay nabuo, dalawang estado magkatabi,
Nagdiriwang, nagdaraos ng Pista ni San Clemente,
Taun-taon nagpipista tuwing buwan ng Nobyembre,
Katulad ng Kapistahan ginaganap sa Angono.

The Feast Day

Fiesta! There's a festive air in the early morning;
When the first Mass ends, the church bells keep ringing,
Heralding the procession that's moving out;
Brass bands in colorful garb are playing out loud;
Flanked with lofty, red flags, lighted *endramadas*,
Past decorated fences with various designs:
Dancing are masked, paper-mache, bamboo giants,
Moving to the shoreline of Laguna Lake's tide,
On the huge *pagoda* raft *St. Clement* will ride.

People wading, boats gliding, drag the *pagoda* seaward,
Offshore along Laguna Lake's coastline,
Along the town's west side, but off the lake's center;
Fish caught by bare hands are hung to the saint's scepter;
When the pagoda ends its water procession,
It winds back as procession-parade in town;
It is the anti-climax of all the merriment,
Where guests and residents share the enjoyment;
St. Clement, says the narrative, was found in water,
So everyone gets wet, whether native or stranger.

My dear friends, we whose roots are from Angono
And have gone far to many other countries, too,
Over the years have found ourselves together,
The joys of the fiesta we always remember;
Each family agrees to relive it this way:
"Let's set a celebration of St. Clement's Feast Day."

Most of my townmates have gone to distant places,
Many in New Jersey State established themselves;
In the State of New York lives there some family,
Also in Staten Island, some in New York City;
From these two states, an association was formed
To celebrate the Feast of St. Clement, Saint Patron;
The saint's feast we replicate in November,
Angono's feast we emulate and remember.

## Pista ng Angono sa America at Canada

Iba namang kababayan nakatira sa San Diego,
Sila rin ay nagdiriwang Pistang Bayan ng Angono,
Katulad ng ibang pook, marami ang dumadalo,
Samahan sa Los Angeles, may kanilang pagdiriwang,
Kasayahang di malimot, nababalik tuwing pista,
Kahit maikli ang prusisyon, nagdaraos, ginaganap,
Iba nating kababayan tulad nating nagpipista,
Samahang taga-Angono, nasa Toronto, Canada,
Parehadora'y kumekendeng, nakahanay sa parada,
Kasayahan, pagdiriwang parangal kay San Clemente,
Nagtatakda, nagdaraos, tuwing buwan ng Nobyembre,
Taun-taon ginagawa Ang Pista ni San Clemente.

Marami ang nagkasama, tubong bayan ng Angono,
Panahon ay nakaraan, pinagtagpo ng tadhana,
Natipon sa Virginia Beach, taga-Angonong may pamilya,
Sa Chesapeake, at sa Norfolk, sa Estado ng Virginia,
Ang Pista ni San Clemente, nagkaisa't itinakda,
Sa Nobyembre, ikadalawampu at tatlo, taong 2002,
Magdiriwang, magdaraos, pista ng bayang Angono,
May *higanteng* mag-asawa, sa parada ay dadalo,
Kaibiga't panauhin kasama sa imbitado,
Kahati sa kasayahan, sa galak ay salu-salo.

Mga pamilya nagkasama, tubo't galing sa Angono,
Natipon sa dakong hilaga, Estado ng California,
Nagkaisa at nabuo ang samahang tawag *NoCAA*,
Pitong taong tumutulong sa mahirap na mag-aaral,
Magdaraos pistang bayan parangal kay San Clemente,
Sa Nobyembre, ikadalawampu at tatlo, taong 2002,
Pamilya at kaibigan, pamayanan tawag *NoCAA*,
Pagdiriwang gaganapin sa araw na itinakda,
Upang lahat ng dadalo magtamasa ng ligaya,
Sa Pista ni San Clemente taga-Angono masasaya!

09-12-02

132

## Angono Fiesta in America and Canada

The retrospections begin in San Diego,
Where there's replication of the feast in Angono:
Many participants give it significance,
As in Los Angeles among its immigrants;
This commemoration seems ingrained in our souls,
Even in a simple procession the saint's honored
For his intercession and the glory of God;
In Toronto, Canada, marchers join a parade,
Amid a totally different ambience,
St. Clement's Fiesta has a distinct semblance;
They set the date, in November they celebrate;
Yearly, the excitement is very apparent.


Many have wandered from Angono, my hometown
To Virginia State, U.S.A., a foreign land,
In Virginia Beach, they've raised families and made friends,
In Chesapeake, in Norfolk, in this friendly state;
A grand celebration of *St. Clement's Feast Day*
Year 2002, November twenty-third,
Complete with garbed giants, a man-and-wife pair
To enhance and enliven this grand affair.


On the West Coast of the U.S., too, where most Angonians reside,
In the State of California where they all thrive,
Northern California Angono Association is
*NoCAA,* for poor scholars in Angono, Philippines,
Sustains a philanthropy that is inspiring,
Now, it channels their minds to another offering,
By observing with pomp November twenty-three,
As Angono Day, *Ang Pista ni San Clemente.*


06-18-03

133

Piñata, San Clemente Fiesta, Virginia Beach, Virginia, U.S.A., November 24, 2001.

Angono families, Angono Town Fiesta, Virginia Beach,
Virginia, U.S.A., November 24, 2001.

Nipa hut, or *bahay kubo*, Angono, Rizal, Philippines,
January 2003.

# IKAW AY TAGA-ANGONO

### Sariling katha ni Mi U. Reyes

Ika'y taga-Angono … kung iyong maaalaala,
*Sapang Dulangan* sa bundok na ubod ng ganda,
*Banyo ng Pari* at ng *Mag-asawang Bato*,
Madaling puntahan sa *Dulo ng Paso*.
Maalamat na *Balite*, may *Nuno sa Punso*,
Sa *Baraka* ginagawa ang mga negosyo.
Makasaysayang "petroglyphs" sa loob ng kuweba,
Sa matulaing *Wawa* naman dumadaong ang *pagoda*.

Only in Angono… mga sikat at magigiting,
Si **Carlos "Botong" V. Francisco** ay pintor na magaling.
Siya'y Numero Uno sa banda at musiko,
Wala ng iba kundi si **Lucio D. San Pedro**.
Abogado at senador sa ating Kongreso,
'Di natin malilimutan si **Arturo M. Tolentino**.
"Endangered species" sila at protektado ng gobyerno,
Itong sina **Edong Lawin** at **Inggong Kuwago**.

Ika'y taga-Angono… at dapat mong makilala,
Mga tao at bansag na kanilang dinadala.
Maririkit na babae na kanilang sinisinta,
**Martang Pisot, Iskang Baboy** at **Mariang Keta**.
Masasayang kasama at 'di ka mababagot,
**Menong Bihon, Juan Tuka** at **Pedrong Kulangot**.
Magagandang binibini tulad ay bulaklak,
**Sestang Gulgol, Andang Balot** at **Neneng Patadyak**.
Makikisig na lalaki na may bibig makata,
**Tiyagong Usok, Iking Tae** 'di mo itatatuwa.

Ika'y taga-Angono… pero hindi lehitimo,
Tawag namin sa mga bagay inyong binabago,
Masarap na "sinukmani" sa inyo ay "biko,"
"Kinabog" naman sa amin at "binatog" sa inyo,
Sa restauran at pondahan madali kang mabuko,
'Pagka't "mamong at oreng" ang laging order mo,
Malapit at malayo bakit tayo ganito,
"Sanrok sa ringring" kayo'y nakakalito.

# YOU ARE TRULY FROM ANGONO

### by  Mi U. Reyes

You're from Angono ... if you really remember
"Sapang Dulangan" at the source of the river,
"Banyo ng Pari" and "Mag-asawang Bato,"
The readily accessible "Dulo ng Paso,"
The legendary "Balite" with "Nuno sa Punso,"
Also "Baraka," the trade center for me and you;
The historical petroglyphs in the mountain caves,
And "Wawa" with the *pagoda* gliding on the waves.

Only in Angono ... do these great and famed hail:
**Carlos V. "Botong" Francisco**, the painter without parallel;
The best in Music with his Number One band,
**Lucio D. San Pedro**, composer of the land;
Attorney of note, noble senator in Congress,
**Arturo M. Tolentino**, legal mind par excellence;
Of endangered species, government-protected
Are ***Edong Lawin*** and ***Inggong Kuwago***, another breed.

You're truly from Angono ... and you must know quite well
The folks and their appellations, you can ably tell,
Charming women, each to the respective escort,
**Mariang Keta, Iskang Baboy and Martang Pisot***;*
Funny men – never boring, seldom alone,
**Juan Tuka, Pedrong Kulangot, Menong Bihon**;
Lovely ladies as flowers on the wall,
**Andang Balot, Neneng Patadyak, Sestang Gulgol**;
Handsome swains with poetic strains,
**Tiyagong Usok, Iking Tae**, cool as the rains.

You are from Angono ... but not native born
For original names you tend to scorn:
Delicious *sinukmani*, to you it's *biko*;
Boiled corn kernels – *kinabog*, it's *binatog* to you;
In eateries and *pondas,* to spot you is easy,
For it's *mamong en oreng* you order frequently;
Near or far we'd hear, *sanrok sa ringring*,
Ds become Rs, it's so confusing.

Only in Angono... ang mga lalaki ay idolo,
Piyesta ng San Isidro starring dito ang Ti Silyo,
Kung kailangan mo ng hilot at gustong makatiyak,
"Solve" ang problema mo sa galing ng Ti Intsak.
Liham ng kasintahan mo ay darating sigurado,
Sa bilis ng Ti Mengge daig pa si Mercurio,
Sa *Salubong* at *Bati* ang madla'y panay "applause,"
'Pagka't baywang ni Tibong mababali na halos.
Binatilyong umuusbong na gustong makabihag,
Kay Ti Uchi nakapila at nagpapabinyag.

Ika'y taga-Angono... at dapat mong matandaan,
Mga taong negosyante at lugar ng kalakalan,
Materyales sa bahay na iyong kailangan,
Kay Kim Joe sa may palengke iyong puntahan,
Si Tomas Intsik sa may *Balite* ay laging dinadayo,
Sa *Krus* papuntang *Wawa* makikita sina Sopyo,
Sa *Baraka* naman ang kanilang tindahan,
Ti Pipay sa kaliwa at Ti Bebang sa kanan,
Sa lungkot ng gabi'y may magandang pasyalan,
Sa kubo ni Tisyo hindi ka makakautang.

Ika'y taga-Angono... wala na akong duda,
'Pagka't kababayan nati'y "pina-patronize" mo pa,
Umulan at umaraw lagi kang nagpupunta,
Sa masarap at malinamnam na puto ni Elekta.
Sa "Graduation" at kasal ang lagi mong litratista,
Ang masayahing ginoo na si Paking Egualada.
Dalaga mong sinisinta ay kailangan ng harana,
Hila-hila mo si Sayong at ang kanyang gitara.
Si Eding Bisaya naman na lagi mong pina-iigib,
Wika niya tuwing Pasko'y Ninong, Ninang "Please give."

Ika'y taga-Angono... ang punto mo'y matigas,
Sa sutsot ni Misis ang takot mo'y mamamalas,
Ika'y taga-Angono... siguradong walang mintis,
Mga taga-Taytay tawag sa iyo'y *Kamatis*,
Ika'y taga-Angono... mamaril ang iyong hilig,
"*BANG* ganda, *BANG* tamis, *BANG* asim..." ako'y kinikilig.
"Orig" kang taga-Angono... saan ka man naroroon,
Sa kainan walang talo, sa lamunan laging kampeon.

11-04-02

138

Only in Angono ... are male idols overwhelming:
On *San Isidro* Day, Ti Silyo's truly starring;
When you need a never-miss chiropractor of note,
Ti Intsak is the man, the best *manghihilot*;
Letters arrive with dispatch from your girlfriends,
Postman Ti Mengge delivers like Mercury on wings;
*Bati* draws applause on Easter at *Salubong*,
"Bend from the waist," samples the graceful mentor Tibong;
Budding adolescent teens needing "baptism,"
Ti Uchi's kind of circumcision "christens" them.

You're from Angono ... and this you really don't miss:
Merchants who matter and their places of business;
Construction materials you need that are the best,
You seek out Kim Joe near the busy market place;
*Balite's* Tomas Intsik, grocer, etcetera,
Old Sopyong Intsik *sa Krus* if you're bound for *Wawa*;
A stone's throw of each other, *Baraka* is the site,
Ti Pipay to your left and Ti Bebang to your right;
When lonesome in the evening, wind up the long day
At Tisyo's hut, but to purchase on credit, no way!

You're really from Angono ... surely, you're the best,
For with your townmates you share your patronage;
Moonless nights or in moonshine you always visit
Delectable *puto ni Electa* on E. Rodriguez St.;
The best photographer on weddings and commencements
Is Paking Egualada, and more special events;
Your pretty ladylove whom you wish to serenade,
It's Sayong with his guitar, whom you ask for help;
Eding Bisaya, your water carrier in town,
Christmas or not, he says, "Please give, *Ninang, Ninong.*"

You're truly from Angono ... your speech accent's distinct,
Your commander's shrill whistle alerts you real quick;
You're from Angono ... undoubtedly, you do hiss,
When from nearby Taytay, they brand you *Kamatis*;
You're from Angono ... "gunshots" are always in your speech,
*"BANG ganda, BANG asim, BANG tamis..."* are your superlatives;
You're "orig" from Angono ... wherever you may roam,
At banquets, you're the best, at food fests, you're champion!

08-24-03

139

# ANGONO

Sinulat ni Vicente R. Sanchez
Marso 20, 2002

Ang munting bayan ng Angono ay isa na sa pinakamagandang bayan sa lalawigan ng Rizal (noong nagdaang mga taon buhat 1930 hanggang 1970). Ang bayan ay napapaligiran ng mga bukid na palayan sa gawing bundok at sa gawing tabing dagat. Sa gitna ng bayan ay mayroong ilog na namamaybay sa dalawang kalsada na tinatawag na Dona Aurora Street sa may timog at sa hilaga naman ay ang kalsadang tinatawag na Eulogio Rodriguez Street. Ang pangatlong kalsada ay tinatawag na Emilio de la Paz Street. Ang tubig sa ilog ay malinis noong panahon ng aming kabataan at maraming mga lumalangoy na mga isda.

Kapag natapos na ang taniman ng palay at malago na ang mga tumutubong mga palay ay luntian ang palibot ng bayan at maganda ang tanawin. Kahit saan ibaling ang paningin ng mga tao ay kasiya-siya at malamig ang pakiramdam ng katawan sa nasasagap na hanging amihan. Kapag ang palay naman ay nagbunga na at nahihinog na, pagkaraan ng ilang buwan ay nagiging kulay kayumanggi o kulay ginto, lalung-lalo na kung nasisinagan ng sikat ng araw. Sa lakas ng simoy ng hangin ay humahapay ang mga puno ng palay at sa hihip ng hangin ay nagsasayaw ang mga palay na may bunga.

Kung gabi naman ang mga kabataan, mga dalaga at binata ay namamasyal sa may dalampasigan ng *Lawa ng Laguna* na tinatawag sa Angono na *Wawa*. Marami ang maliliit na tindahan na tinatawag na *ponda*, na nagbibili ng *halu-halo* na may ginadgad na yelo, gatas at may kahalong matamis na ube (*halaya*), *garbansos*, makapunong minatamis, *leche plan*, matamis na "beans" at iba pa kapag panahon ng tag-init o tag-araw sa bayan ng Angono.

# ANGONO THEN
## (TOLD IN THE HISTORICAL PRESENT)

by Vicente R. Sanchez
March 20, 2002

These memories are of Angono from the 1930s to the 1970s.

Angono is one of the most picturesque towns in Rizal Province. It is bordered by vast rice fields to the north and by ridges of the foothills of the *Sierra Madres* to the east. *Laguna de Bay* provides the shoreline on the west. Through open spaces of green fields, an avenue winds to the south. Cutting across the town proper parallel to Dona Aurora Street on the south and Eulogio Rodriguez Street on the north is the Angono River, clean and crystal-clear and teeming with fish. Farther south, also parallel to the river, is the third main road named Emilio de la Paz Street.

During the rainy season when planting is done and the rice seedlings are already thriving, it is as if the town is surrounded by a sea of green. Wherever one gazes, it is cool and refreshing, more so with the gentle breeze from the east. When in summer the rice stalks have become heavy with ripened *palay* and they sway in the wind that blows, it is as if they are an undulating sea of amber to golden waves of grain.

On moonlit nights, maidens and swains would promenade on the grassy shores of the blue waters of *Laguna Lake* that is called *Wawa*. By the road are small, inviting, sidewalk stalls called *ponda* at irregular distances from one another, which sell *halu-halo* – an easily-prepared concoction of crushed ice and a mixture of desserts, such as *halaya* (ube jam), *garbanzos* (sweetened chick peas), *macapuno* (strings of young coconut meat), *leche flan* (egg custard), sweetened white kidney beans, and sweetened, small red beans, all laced with canned, evaporated milk and served in a glass – delicious and refreshing, especially in summer.

141

Sa tabi ng kalsada ay may mga nagtitinda sa ibabaw ng *papag* na upuang hugis parisukat na yaring kawayan ng mga pagkain na tinatawag sa Angono na *bibingka*, o kaya ay *sampurado* na sinasamahan ng *pan de sal*. Tanyag na tanyag at bukang bibig sa buong bayan ng Angono ang masarap at nakararahuyong lasa ng *puto* na kulay puti na itinitinda ni Aling Elekta sa kalsadang Eulogio Rodriguez na palaging nauubos gabi-gabi dahil gustung-gusto ng mga tao na kainin at bilhin.

Kapag may mga dalagang dumadalaw sa mga kaibigan o kamag-anak buhat sa iba't ibang bayan ay *hinaharana* ng mga binata kung gabi at matapos na magpakilala sa bawa't isa, sila ay nag-aawitan ng magagandang awiting Pilipino at mga *kundiman* at natutuloy sa pagiging mabubuting mga magkakaibigan.

Noong mga panahong nagdaan, ang buong bayan ng Angono ay matahimik at ang mga taong mamamayan ay masisipag at masasaya. Karamihan sa mga taong bayan ay mga magkakamag-anak. Lahat sila ay magkakakilala at palaging iginagalang ang mga taong matatanda ng mga kabataan. Ang simoy ng hangin na nagmumula sa bundok sa may silanganan at kung minsan naman ay nanggagaling sa kanluran sa may tabing dagat ay malalanghap at masasamyo ang sariwang hangin at nagdudulot ng magandang pakiramdam sa katawan ng mga mamamayan ng Angono.

Ito ang aming munting bayan ng Angono noong kami ay lumalaki na hindi ko makakalimutan kahit saan ako makarating. Sa kasalukuyan, pagkaraan ng maraming taon naging maunlad ang bayan ng Angono at ang lahat ng mga tanawin kong binanggit ay kaiba na at ang mga tanawin ay nagbago nang lahat dahil sa idinulot ng bagong *kabihasnan*.

03-20-02

Far between are the open stalls with very wide squat, bamboo-slatted benches called *papag* that sell native rice cakes, *bibingka*, and the chocolatey, glutinous porridge, *sampurado,* with *pan de sal*, a bread roll. Famous in town is the delectable, white *puto* of Aling Electa on Eulogio Rodriguez Street that sells out nightly.

When beautiful women from the city or neighboring towns come to visit relatives or friends, young men would serenade them with lovely guitar music, *harana,* and romantic ballads, *kundiman*, and begin beautiful acquaintances and, at times, lasting friendships.

Those are the times of bliss and peace in a rural town where industrious, happy folks live; where almost everyone is related to one another by affinity or consanguinity to the first, second, or nth degree; and where youngsters are not embarrassed to show their respect and affection for their elders. Goodwill is ever present, almost palpable, among the people and even in the gentle breeze that wafts from the east over the hills or the whispering winds from the western sea. From any direction, one feels the fresh, enervating air bringing a sense of well-being.

Such is the Angono of my youth. The years have brought marked concrete and abstract changes to present-day Angono, the price it has to pay for progress, in keeping with the march of civilization.

06-18-03

# MAGANDANG KAUGALIAN

Sinulat ni Elvira S. Reyes-Everett
Pebrero 7, 2002

Minsan ay nakipagkuwentuhan ako sa isa kong kapit-bahay at naitanong niya sa akin kung anong pook ang palagi kong dinadalaw at bakit. Ang aking isinagot sa kanyang tanong ay Angono. Ang bayan kong sinilangan at nilakihan ay malaki na ang ipinagbago magmula nang ako ay umalis upang mangibang bansa. Ang hangin ay malagkit at hindi katulad noong aking kabataan na maginhawa at sariwa ang nasasagap kong hanging amihan. Marumi na ang paligid at maraming ingay na likha ng maraming mga sasakyan at iba pang makabagong kabihasnan. Subali't ako ay nakakaramdam ng kaligayahan sa aking ginagawang pagdalaw dahil nakikita ko ang aking mga kamag-anak at mga kababayan lalung-lalo na ang aking mga kaibigan, mga kababata kong kamag-aaral at ang aking mga dating kakilala.

Ang aking salaysay ay tungkol sa "Sining at Magandang Kaugalian" ng mga taong-bayan sa Angono. Ang mga tao bagaman at ang karamihan ay mahihirap at nagdarahop sa kanilang mga pamumuhay ay bukas pa rin ang kanilang mga palad at dibdib sa pakikiramay sa kanilang kapwa tao. Ito ay batay sa aking sariling karanasan.

Noong Nobyembre, 2000, umuwi kaming magkakapatid sa balitang malubha at may sakit at masama ang kalalagayan ng aming minamahal na ama. Sa kasawiang palad ay hindi na namin inabot na buhay at binawian na siya ng kanyang hininga dahil sa malubha niyang karamdaman. Mabilis na lumaganap ang balita sa buong bayan ng Angono ang kamatayan ng aming minamahal na ama at sa gabing iyon ay nagpasimula na paglalamay sa aming yumaong ama. Maraming mga kababayan, kamag-anak, mga kaibigan at iba pang mga tao ang dumalaw at nagsidating sa loob ng tatlong araw na *lamayan*. Ang bawa't isa ay nakiramay at nakipagdaop-palad, daop-palad na may kalakip na tulong o pera sa aming mga naulila. Kung wala mang kalakip na pera ay tila nagpapaumanhin pa ang ilan sa mga nakikiramay sa hindi nila kayang makapagbigay ng pera o kahit maliit na tulong. Ibig kong ipabatid sa mga taong bayan, mga kamag-anak at mga kaibigang dumating at dumalaw na ang mahalaga sa lahat ay ang pakikiramay nilang lahat sa oras at panahon ng aming pagdadalamhati sa kamatayan ng aming minamahal na ama, Santiago Reyes.

# A SERENDIPITOUS CUSTOM

by Elvira S. Reyes-Everett
February 7, 2002

Once I was engrossed in nostalgic reminisce with a neighbor and, among others, one of the questions she posed to me was, "What place do you find most inviting and why?" My answer was brief and specific: Angono.

Angono, with its idyllic ambience during my youth, has changed a lot since I left for abroad. The march of material progress exacted a price in its natural and man-inspired surroundings. Even then, it always beckons me back to immerse myself in the happy company of family and relatives, friends of my childhood, former classmates and other familiar faces.

This narrative dwells on a serendipitous custom of the Angono people that suffused me with happiness when I had least expected it. That the townsfolk are mostly comprised of average and lower social strata notwithstanding, the people are verily enriched in the elevating, unquantifiable fulfillment of beautiful fellowship. My firsthand experience attests to this.

In November 2000, my siblings and I had left for the Philippines to visit our ailing father. Unfortunately, he had passed away before we arrived.

News of that kind spreads fast by word of mouth in a place more rural than urban like Angono.

At the three-day wake, or *lamayan*, I was overwhelmed by the presence of many people other than relatives who had come to condole with us in a lot of ways, some even apologetic for their professed less substantial material aid.

At this point, late though it is, I wish to convey to one and all that it was their presence and expression of sympathy in those moments of sorrow that had touched our hearts and eased the burden of grief, more than anything else, in mourning the death of my beloved father, Santiago Reyes.

Sa maraming kuwentuhan at mga balitaan ay napag-alaman ko na kararaos lamang ng isang malakas at malaking baha bago kami nakarating na magkakapatid upang dalawin ang aming ama na binawian ng buhay. Ang buong bayan ng Angono ay halos nakalubog sa tubig at ang ibang bahagi ay lampas sa tuhod ang lalim ng tubig. Maraming mga pamilya ang nawalan ng tirahan, natangay ng malakas na agos ng baha ang kanilang bahay at mga kagamitan at mga pangangailangan sa buhay. Hindi mo mababakas sa kanilang mga ngiti at mga kilos na kailan lamang, sila ay nasa gitna ng malaking panganib at sa kasalukuyan ay maraming gawain at dapat na linisin upang maibalik ang kanilang mga buhay sa dating kagawian. Sa kalagitnaan ng kanilang mga paghihirap at paghihikahos ay nagbigay pa rin sila ng oras at panahon na dumalaw at makiramay sa panahon ng aming pagdadalamhati. Bukas ang kanilang mga dibdib at palad upang ang kanilang kapwa ay mabigyan ng kahit kaunting aliw at kapayapaan ng loob sa oras ng lamayan sa kamatayan ng aming ama.

Ang mga magagandang ugali at kagawian ng aming mga kababayan, mga kamag-anak, mga dating mga kakilala at mga kamag-aaral ang hindi ko malilimutan noong kaming mga magkakapatid ay umuwi at nang dumating kami ay hindi na namin inabot na buhay at nakausap ang aming minamahal na ama. Paano masusukat ng sinuman ang ganoong "Magandang Kaugalian" ng mga mamamayang taga-Angono na nakiramay sa aming kalungkutan sa kamatayan ng aming mahal na ama? Hindi ko makakalimutan ang aking kalungkutan sa mga oras ng aming paglalamay at nakaramdam din ako ng kaligayahan sa buhay ko sa mga taos-pusong pakikiramay ng mga tao na dumating at dumalaw sa yumao naming ama.

02-07-02

In the ensuing exchange of news, I learned that a flash flood had inundated the town some days prior to our arrival. Almost all roads were under thigh-deep waters. Many families in low-level areas had completely lost their homes in the onrushing flood. Others less awfully afflicted bore the brunt, amidst the chaos, of clearing the vestiges of the flood, of putting back their lives in order. Their serene, calm expression of condolence and sympathetic hand clasps, belied the weight of their innumerable domestic concerns at the time.

Despite their own personal cares and problems, the people had selflessly found time to be with us to offer comfort – balm of peace in our moments of bereavement.

That coming home was most touching. How can the practice of such a serendipitous custom by the Angono folks ever be quantified in the heart, at least in ours? I found abiding happiness amidst the sorrow in their selfless expression of sympathy. All that shall forever be etched in my heart.


Note:
"Serendipitous" from "serendipity" - coming upon happiness when least expected or not at all.


08-24-03

# MGA PILANTIK AT KURU-KURO

## Panawagan
### (Tayo Sana'y Magkaisa)

Kababayang minamahal, gusto ko lang ipaalam,
Kuru-kurong ihahain, hawak ninyo't babasahin,
Huwag sanang ikagalit, sinulat kong bungang-isip,
Dahil pakay at layunin, tayong lahat pag-isahin,
Sana tayo'y magbigayan, makiisa sa layunin,
Sa magandang kasabihan, lagi nating naririnig,
Pag-usapan nang tahimik, suriin ang suliranin,
Pakinggan ang paliwanag, suliranin ay lutasin.

Hiling ko at Panawagan, dinggin sana't paunlakan,
Suriin at pag-isipan, ang tangi kong pakiusap,
Nawa'y lahat isaisip, buhay natin sa daigdig,
Karamdaman sumasapit, hindi sukat akalain.
Lahat tayo'y magkaisa, isipin ay magkabuklod,
Nawa'y lahat ay tumulong, panalangin ay idulot,
Pakiusap sa Poong Diyos, unawain kapwa tao,
Hindi dapat na mag-away, tayong lahat magkasundo.

Huwag nawang kalimutan, lahat tayo'y Pilipino,
Kahit saan ka nagbuhat, *Luzon, Bisaya*, at *Mindanao*,
Iba't iba ang salita, *Pinoy* pa rin pagkatao,
Tayo'y dapat magkaisa, Pilipinas man o Amerika,
Hiling ko at panalangin, mga araw na darating,
Tayong lahat pag-isahin sa magagandang layunin,
Tuparin ang adhikain tumulong sa nagigipit,
Sa malayong kababayan alam nating naghihirap.

# CRITIQUES AND REFLECTIONS

## A Clarion Call
### (Let Us Be United)

My dear countrymen, may I please have your attention,
To the following critiques and reflections!
I beg your open minds to this food for thought,
The main aim of which, as I have always sought,
Is to promote unity among all of us;
To act not with indifference or on impulse,
But through rational, intelligent discussion,
Through patient dialogue to seek resolution.

May we learn to accept that our life on this earth,
Is one we don't hold in the palms of our hands;
Illness may befall us when we least expect it,
When we don't think of it, not even a bit;
So let's not be self-centered but learn to reach out,
To show compassion to the underprivileged plight,
To pray for God's grace and to be understanding,
To let unity shine from without and within.

Never forget, my friends, we're all *Pilipinos*,
*Luzon, Visayas, Mindanao*, from wher'er we rose;
Different dialects, though, with which we converse,
No matter how we talk or put across our verse,
With Philippine roots, stateside styles, we have our ways,
Still we are *Pilipinos* of the noble brown race;
To better our lives, to assist those who need help,
The poor distant kinsmen in the land of our birth.

Nawa'y lahat sumang-ayon sa magagandang layunin,
Magbigay ng kayang tulong sa kababayang naghihirap,
Tapusin ang mga pakay, tumulong sa nagigipit,
Wala't kulang sa pagkain, magkaroon ng pagtingin,
Kaawaan, tangkilikin, kapus-palad ating dinggin,
Upang sila'y may makain, nang mabuhay sa daigdig.
Tayong lahat ay magdasal, taos-pusong pakiusap,
Upang lahat nawa'y bigyan, mahabang buhay, kalusugan,
Sa lahat ng namumuno, bayan nating minamahal,
Sumunod nawa at makinig, "Panawagan kong magkaisa."

Taimtim magpasalamat, alay natin sa Lumikha,
Mahabang buhay na tinanggap, biyayang tinatamasa,
Panalangin sa Poong Diyos, nawa'y hindi ka magbago,
Kahit ikaw maging bantog, dahil sa angking talino,
Gantimpala laging tanggap sa gawaing makatao,
At iba pang kawanggawa hindi dapat ipaghambog,
Hawak ngayong karangalan, nawa'y hindi ipagyabang,
Dahil taglay na biyaya mayroon ding katapusan.

Huwag nawang kalimutan, dumalangin sa Maykapal,
Maglingkod sa Inang Bayan, alagaan ang pamilya,
Pag-isahin ang hangarin, kabutihan, kaunlaran,
Mutyang bayang Pilipinas, bagong bayang Amerika.
Huwag nating kalimutan, iwagayway ang watawat,
Mahal nating Inang Bayan, Pilipinas nating mutya,
Perlas ng Silanganan, Bagong Bayan nating tuklas,
Amerika, "The Beautiful," sinilangan apo't anak,
Nagbigay ng kapalaran, sa matiyagang pagsisikap,
Nandayuhang mamamayan, tumanda na sa panahon,
Kasama ng mga angkan, sa ligaya't kagalakan,
Kahapon siya ay nagtanim, inaruga't pinagpala,
Ngayon nama'y nag-aani, sa binhi n'yang ipinunla,
Bunga ng pagtitiyaga, bulaklak ng kinabukasan.

Una't huli tanging hiling, lahat tayo ay magtangka,
Magsimula sa sarili, sa Poong Diyos manalangin,
"Katahimikan, kapayapaan," sa daigdig nating mahal,
Tayo sana'y magkaisa, "Let there be Peace on Earth!"

07-2002

150

May all please be supportive of this noble aim,
For the impoverished let us have concern,
To the marginalized let us be merciful,
Especially those in want with nothing at all;
Let's all pray to God, our Father, I beg of you,
To seek His loving mercy for me and for you,
That we may be strengthened with physical health,
With our hearts find unity with spiritual wealth.

Let us beseech the Lord God in heaven above,
That our hearts may always be with abiding love;
Know that whatever fame or fortune you achieve
Isn't by your talent but by the grace He does give;
The good you shower others returns to you,
And that is blessing enough which is tried and true;
The honor and fame you achieve, don't brag about;
Just be thankful always to Him who helps you out.

May we never forget to offer thanks and praise;
May our lives be the sign of our gratefulness –
Service to country, love and concern for family,
Upholding goodwill, kindness, progress and unity,
For this land of hope, for our own Philippines,
May our hearts, thoughts and hopes be yours by all means.

Our new land of luck, America "the Beautiful,"
Where descendants were born, and graced with fortune,
By constant diligence that God has rewarded
With blessings on family and clan, those we've loved;
As yesterday you planted and tended till grown,
Today you reap the fruits of the seeds you have sown.

The alpha and omega of this noble wish:
Let's begin with ourselves to accept this challenge
Of prime concern not taken lightly but with heft;
Seek God in this call for unity, peace on earth!

06-18-03

# Pagkakaisa

## I

Kababayang minamahal, laganap sa bawa't bayan,
Lunsod, bansang bagong tuklas, doon sila nanirahan,
Nagsikap maghanapbuhay, pinalaki mga anak,
Pinaunlad kabuhayan, dumalo sa kasayahan,
Sama-sama at nagbuo, itinayo ang samahan,
Marami pa ang dumating, makaraan ang ilang buwan,
Kababayan nagkapalad, makapasok, mandayuhan,
Bagong buhay sapalaran, bagong bansa titirahan,
Bawa't pangkat ay nangalap, dumarami ang samahan,
Hindi nagtutulung-tulong at walang Pagkakaisa.

## II

Gusto ko lang ipaalam, sa lahat kong kababayan,
Lagi akong nagmamatyag, masuri kong minamasdan,
Kababayan na naglakbay, sa ibang bansa nanirahan,
Marami ang nagsumikap umunlad ang kabuhayan,
Dahil doon nakahanap ng magandang hanapbuhay,
Samahan ay itinatag, wala't kulang kaisahan,
Kahit saan mapadako, mga pook, pati lunsod,
Samahan ay naglipana, nguni't hindi buklud-buklod,
Bakit kaya 'di sikapin?, samahan magkasukub-sukob,
Lakas ng Pagkakaisa, laking buti kaysa sabog.

## III

Hindi dapat na tumulad sa puno ng kawayanan,
Mga usbong sumisibol, marami kung maglitawan,
Mga labong 'pag sumipot, mithi agad ay pataas,
Nakatirik, nakaturo, mataas ang hinahangad,
Katulad ng kababayan, gusto'y lider ng samahan,
Walang tiyaga sa pag-akyat, sa baitang nitong hagdan,
Kaya hindi magkaisa, lider lagi gustong puwesto,
Ayaw nilang magbigayan, makinig at magtulungan,
Kapag ganyan ang gagawin, kahit sinong kababayan,
Ang samaha'y 'di uunlad, pagsulong ay kalimutan.

# Unity

## I

Dear countrymen, lend me your ears please ... all, hear ye:
In this land we have discovered opportunity,
Here we and our loved ones found our "place in the sun;"
Better standards of living gave us more time for fun.
More leisure, relaxation and associating with friends –
Familiar ones – and meeting immigrant fellowmen,
Who made it to these alien shores, some in droves,
In strangeness, o'er challenges, have made their own moves;
In the wish to belong and build identity,
Many groups mushroomed, with little thought of unity.

## II

Borne of just being observant, quiet and keen,
In us, *Pinoys*, disquieting traits I have seen;
Friendly *Pinoy* hearts in euphoria on newness
And their unprecedented personal progress,
Sought to organize their own associations;
In city or county, many were such divisions;
The formation of blocks seeking identity,
Between varied groups there crawled crab mentality;
Why can't we be joined under one umbrella shed?
There's more strength in unity than being divided.

## III

The tall bamboo trees there in most *Pinoy* backyards,
Set a negative sample of growing backwards;
The bamboo shoots in the thicket that grow so fast
Sprout straight, pointing to no other direction but up;
Just like some of us whose aim is to jump to the top,
To zoom and burst with giant leaps and sudden bounds,
Unmindful of patience, friendliness and goodwill;
Isn't this better: compromise, helping, listening?
If railroading is the way we mean to exist,
Will any union last? How can progress persist?

## IV

Ibang pook, mga lunsod, napasyalan at narating,
Kababayan ay marami, maligoy ang pagmamatwid,
Ano kaya ang dahilan?, dapat ito ay lutasin,
Bakit hindi magkaisa?, sa matuwid na layunin,
Sundin natin at tularan, ang magandang kagawian,
Kaugalian, sa Angono, bantog tawag *Bayanihan*,
Tulung-tulong sa pagbuhat, gumagaan ang gawain,
Sa tradisyong *Bayanihan*, sama-sama sa tulungan,
Sa pagbuhat at paghakot sa bahay na ililipat,
Maliit man o mabigat, ang bagay na aalisin,
Sa dami ng tumutulong, sandali lang kung tapusin.

## V

Lahat sana ay magbago, kaisipa't ginagawi,
Hindi dapat kainggitan, kababayang nagwawagi,
Nangunguna sa timpalak, nagtitiyaga sa sarili,
Matamo ang gantimpala, tagumpay na minimithi.
Hindi dapat na tularan, kaisipang alimango,
Kapag isa'y mataas na, hindi dapat na batakin,
Kundi lalo pang itulak, upang agad na marating
Ang taluktok na lunggati, lahat tayo'y nagmimithi,
Kababaya'y magtulungan, tapusin ang adhikain,
Walang tutol na sumapi, samahan ay pag-isahin.

## VI

*Lakas ng Pagkakaisa*, dapat nating isaisip,
Bawa't hakbang na gagawin, kailangan ay magaling,
Lahat dapat sama-sama sa pakay at sa layunin,
Sa madawag at matinik, tinatahak na landasin,
Kailangan ay matatag, ang pundasyong ititirik,
Upang kahit anong taas gusali 'di magigiba,
Kung ang tao'y watak-watak, at 'di magkaisa-isa,
Walang lakas ang samahan, bale wala tayong lahat,
Dapat tayo'y magkaisip, upang tayo ay pakinggan,
Magsimulang magkaisa, nang lumakas ang samahan.

## IV

Other venues, other places, we have been to,
Were some townmates whose logic turned us off also;
What could the reason be? Can't the problem be solved?
Be less confrontational; be more understood;
Let's look back to our roots, to the age-old custom,
Ingrained in Angono culture – the *bayanihan* –
Where cooperative effort is the essence,
Where true helpfulness is not mere evanescence;
A house can be transferred whole from there to here,
With help in unison of many-a-volunteer.

## V

May there be change for the better in thoughts and in deeds,
Why incite envy of a fellowman who succeeds?
One winning the race because he has persevered
Deserves the triumph and the goal he has achieved;
Never, never revert to crab mentality
That pulls back one ahead because of pure envy;
Push the player forward, give him the needed boost;
We all have dreams, we are all grateful to be pushed;
Let's help one another to realize our dream;
Let's organize and work hand in hand as a team.

## VI

"In unity, there's strength" is an age-old maxim,
Every step we take, let us ask for God's blessing;
As one, we'll pass the hurdle, reach the objective,
Over the rocks and the thorns on the path we tread;
In laying a foundation, make it firm and strong,
No matter how high, the building will stand on its own;
If we don't achieve a meeting of mind and heart,
We will be weak and undoubtedly fall apart;
Let us think things over if we wish to be heard;
Let's unite this moment and achieve strength ourselves.

## VII

Kaya ngayon inyong dinggin, kababayang ginigiliw,
Magsimulang magtulungan, samahan ay pag-isahin,
Kapag lahat ay dumamay, mabigat man ang pasanin,
Sa dami ng bumubuhat, gumagaan ang gawain,
Katulad ng *Bayanihan*, kapag bahay ay binuhat,
Madadala kahit saan, sa tulong ng kababayan,
Lahat nawa'y manalangin, Poong Diyos nawa'y dinggin,
Balakin at ating sundin, *Kaisahan ng Layunin.*

## VIII

Una't huli tanging hiling, lahat tayo ay magtangka,
Magsimula sa sarili, sa Diyos tayo'y dumalangin,
Katahimikan, Kapayapaan, sa bayan kong sinilangan,
Lalung-lalo sa daigdig, lahat tayo'y nagmamahal,
"Let there be peace on earth
And let it begin with me, you, and everyone."

01-28-02

## VII

Harken, one and all, my beloved countrymen!
Let cooperation lead us on; let's begin,
Putting our shoulders to the task even if heavy,
With our total strength, the work becomes easy;
Exemplified by *bayanihan,* to move a home,
With genial teamwork, the job at hand gets done;
Coupled with abiding faith in God's mercy,
Let us be focused on the goal of unity.

## VIII

Finally, my profound request to one and all,
From within ourselves, to God let us raise this call;
Grant peace not just to the land of my birth,
"Let there be peace on earth,
And let it begin with me, you and everyone."

06-18-03

# TALAHULUGANAN – GLOSSARY (WORDS)

## TAGALOG – ENGLISH

### Aa

**Abril** - *n.* - April
**abubot** - *n.* - article; thing
**adhika** - *n.* - ambition; intention; wish
**agad–agad** - *adv.* - at once; right away
**aginaldo** - *n.* - gift
**Agosto** - *n.* - August
**ahit** - *v.* - shave
**ahon** - *n.* - ascent; going up; disembarking from a boat or ship
**akasya** - *n.* - acacia tree
**aklat** - *n.* - book
**alaala** - *n.* - memory
**alaga** - *v.* - care
**alagaan** - *v.* - take care of
**alambre** - *n.* - wire

**alimango** - *n.* - crab
**ama** - *n.* - father
**ampalaya** - *n.* - bitter melon
**anak** - *n.* - son or daughter
**angkan** - *n.* - family
**anihan** - *n.* - harvest time
**anyaya** - *n.* - invitation
**apelyido** - *n.* - surname
**araro** - *n.* - plow
**araw** - *n.* - sun; day
**Araw ng Pagkabuhay** - *n.* - Easter Sunday; Resurrection
**araw-araw** - *adv.* - every day; daily
**arkitekto** - *n.* - architect
**atip** - *n.* - roofing
**awit** - *n.* – song

### Bb

**baga** - *n.* - ember
**bagong luto/bagong hango** - *adj.* - newly baked, fresh from the oven; newly cooked
**baguhan** - *n.* - trainee; under instruction
**bagyo** - *n.* - typhoon
**bahagi** - *n.* - part
**bahay** - *n.* - house
**bahay kubo** - *n.* - nipa hut
**bahay pamahalaan** - *n.* - municipal building; municipal hall
**bakod** - *n.* - fence
**bakuran** - *n.* - yard
**balak** - *n.* - plan; intention; project

**balangkas** - *n.* - frame
**balat** - *n.* - shell; skin
**balikat** - *n.* - shoulder
**balingkinitan** - *adj.* - shapely body
**balita** - *n.* - news
**bamban** - *n.* - soft-shelled egg
**banda ng musiko** - *n.* - brass band
**bangka** - *n.* - boat
**bango** - *n.* - aroma
**banlaw** - *v.* - rinse
**bansa** - *n.* – country
**bantog** - *adj.* - famous
**banyaga** - *n.* - foreigner; alien
**barbero** - *n.* - barber

158

barkada - *n.* - group of friends
basa - *adj.* - wet
batingaw - *n.* - large bell
batok - *n.* - nape
bayabas - *n.* - guava
bayan - *n.* - country
bayanihan - *n.* - assistance; helping each other
baybayin - *n.* - seashore
baywang - *n.* - waist
bigkis - *n.* - bundle; pack; abdominal band
bihasa - *adj.* - expert
binabanat - *v.* - to stretch; to tighten
binyag - *n.* - christening

bisperas - *n.* - eve
biyaya - *n.* - grace; favor; gift
braso/bisig - *n.* - arm
bubungan - *n.* - roof
buhangin - *n.* - sand
buhay - *n.* - life
buhok - *n.* - hair
bukid - *n.* - farm; field; rice field
bukod-tangi - *adj.* - only one
bulubod - *n.* - seedling
bundok - *n.* - mountain
bunga - *n.* - fruit
bungkalin - *v.* - cultivate
buslo - *n.* - basket
butas - *n.* - hole
buwan - *n.* – month; moon

## Kk

kaakit–akit - *adj.* - lovely
kaarawan - *n.* - birthday
kababayan - *n.* - countryman; townmate
kabaitan - *n.* - kindness
kabataan - *n.* - youth
kabuhayan - *n.* - living; livelihood
kabukiran - *n.* - rice fields
kabuuan - *n.* - total
kadiliman - *n.* - darkness
kagamitan - *n.* - things
kagandahan - *n.* - beauty
kagubatan - *n.* - jungle
kagustuhan - *n.* - wish
kagutuman - *n.* - hunger
kahati - *n.* - shareholder; share
kahirapan - *n.* - poverty
kahoy - *n.* - wood
kaibigan - *n.* - friend
kainggitan - *v.* - envy
kakaiba - *adj.* - unique
kalabaw - *n.* - carabao, water buffalo

kalapit bayan - *adj.* - neighboring town
kalidad - *n.* - quality
kaligtasan - *n.* - safety
kaliwa - *n./adj.* - left side
kalsada/kalye - *n.* - street
kamag-aaral - *n.* - classmates
kamag-anak - *n.* - relative
kamag-aral/kaeskuwela - *n.* - classmate
kamay - *n.* - hand
kampana - *n.* - church bell; bell
kampanaryo - *n.* - belfry
kamukha - *adj.* - similar
kamusmusan - *n.* - childhood
kanan - *adj.* - right side
kanduli - *n.* - catfish
kanluran - n./adj. - west
kantidad - *n.* - quantity
kapareho - *adj.* - same
kapatid - *n.* - brother or sister
kapayapaan - *n.* - peace
karagatan - *n.* - ocean
karangalan - *n.* - honor
kariktan - *n.* – loveliness

**karimlan** - *n.* - darkness
**karpintero** - *n.* - carpenter
**karunungan/kaalaman** - *n.* - knowledge
**kasabihan** - *n.* - proverb
**kasal** - *n.* - wedding
**kasoy** - *n.* - cashew
**katahimikan** - *n.* - serenity
**katangian** - *n.* - qualification
**katawan** - *n.* - body
**katesismo** - *n.* - catechism
**katha** - *n.* - writing
**katulad** - *adj.* - similar
**kaugaliang Pilipino** - *n.* - Filipino custom
**kawanggawa** - *n.* - charity; mercy
**kawayan** - *n.* - bamboo
**kayumanggi** - *adj.* - brown
**kidlat** - *n.* - lightning

**kilos** - *n.* - movement
**kinatha** - *v.* - written
**kirot** - *n.* - pain
**kolehiyo** - *n.* - college
**kompositor** - *n.* - composer
**koryente** - *n.* - electricity; electrical wire
**kotse** - *n.* - car
**kubo** - *n.* - hut
**kulay** - *n.* - color
**kulog** - *n.* - thunder
**kumpunihin** - *v.* - mend
**kurso** - *n.* - course
**kuru-kuro** - *n.* - commentary
**kusang-loob** - *n.* - own initiative
**kusinero/kusinera** - *n.* - cook; chef
**kuweba** - *n.* - cave

## Dd

**dagat** - *n.* - sea; ocean
**dahon** - *n.* - leaves
**daigdig** - *n.* - world; universe
**dalag** - *n.* - mudfish
**dalaga** - *n.* - young lady
**dalampasigan** - *n.* - seashore
**dalawa** - *adj.* - two
**daliri** - *n.* - finger
**dalubhasa** - n./adj. - expert
**daluyong** - *n.* - big wave; swell of the sea
**dambana** - *n.* - altar
**dami** - *n.* - quantity
**damit** - *n.* - cloth; clothes

**damong-dagat/dagat lumot** - *n.* - seaweed
**daong** - *n.* - bow of the boat
**daungan** - *n.* - port
**dawag** - *n.* - jungle
**dayuhan** - *n.* - foreigner; alien
**dibuho** - *n.* - design; drawing
**dilim** - *n.* - darkness
**dingding/dinding** - *n.* - wall
**Diyos** - *n.* - God
**dugtung-dugtong** - *adj.* - connected together
**dumalo** - *v.* - attend

## Ee

eksamen - *n.* - exam
eskultor - *n.* - sculptor

eskultura - *n.* - sculpture

## Gg

gabi - *n.* - night
gamit - *n.* - use; utility
ganda - *n.* - beauty
gantimpala - *n.* - prize
gawain - *n.* - work; job
gawi - *n.* - habit; custom
gitara - *n.* - guitar
gitna - *n.* - middle; midst; center
graba - *n.* - gravel

gubat - *n.* - forest; jungle
gulay - *n.* - vegetables
gunita - *n.* - memory; remembrance
gunting - *n.* - scissors
guro - *n.* - teacher; instructor
gusali - *n.* - building; edifice
gutom - *n.* - hunger; adj - hungry

## Hh

halaman - *n.* - plants; vegetation
haligi - *n.* - post
hanapbuhay - *n.* - vocation; job
handog - *n.* - gift
hangarin - *n.* - purpose; aim; ambition
hangin - *n.* - wind
hapag - *n.* - table
hari - *n.* - king
harina - *n.* - flour
hayop - *n.* - animal
higante - *n.* - giant

hilaga - *n.* - north
hilig - *n.* - tendency; inclination; liking
hiling - *n.* - request
himig - *n.* - melody; time
hinihila - *v.* - pulling
hipon - *n.* - shrimp
hirap - *n.* - poverty; hardship
huli - *adj.* - late; last; captured
humingi ng paumanhin - *v.* - apologize
hurno - *n.* - oven

## Ii

iba't iba - *adj.* - different
ilatag - *v.* - spread
ilog - *n.* - river
ina - *n.* - mother
inspirasyon - *n.* - inspiration
instrumento - *n.* - instrument
ipagtanggol - *v.* - defend

isa - *adj.* - one
isa-isa – *adv.* - one by one
isda - *n.* - fish
isip - *n.* - thought; intellect
isipan - *n.* – thinking; mind
isipin – *v.* – think it over
iskultor - *n.* - sculptor

161

istante - *n.* - shelf
itanghal - *v.* - display
itik - *n.* - duck

itlog - *n.* - egg
itlog na maalat - *n.* - salted egg

## Ll

labong - *n.* - bamboo shoot
lahat - *adj.* – all, (pron.)
lahi - *n.* - race
lakambini - *n.* - muse
lakas - *n.* - strength
laki - *v.* - grow
lalawigan - *n.* - province
laman - *n.* - muscle
lambat - *n.* - net
landas - *n.* - path
langit - *n.* - sky; heaven
larawan - *n.* - picture; image;
    photo
lawa - *n.* - lake
lawak - *n.* - area; extent
lehiyon - *n.* - legion

libing - *n.* - funeral; burial
libo - *n./adj.* - thousand
ligaya - *n.* - happiness
linangin - *v.* - cultivate
lipi - *n.* - lineage; ancestry
liriko - *n.* - lyric
lola - *n.* - grandmother
lolo - *n.* - grandfather
lona - *n.* - canvas
lote - *n.* - lot
lumot - *n.* - seaweed
lunggati - *n.* - desire; wish;
    ambition
lunsod - *n.* - city
luntian - *adj.* - green
lutasin - *v.* - solve

## Mm

maalat - *adj.* - salty
maamo - *adj.* - tame
maayos - *adj./adv.* - orderly
mababang paaralan - *n.* -
    elementary school
mabango - *adj.* - fragrant;
    aromatic
mabigat - *adj.* - heavy; difficult
mabilis - *adj.* - quick; swift
mabuti/mahusay - *adj.* - good
madilig - *v.* - wet; water
madilim - *adj.* - dark; obscure
magaan - *adj.* - light; easy
maganda - *adj.* - beautiful; good
    looking
magdamag - *adv.* - whole night
maggagapas/mag-aani - *n.* -
    harvester

magkamukha - *adj.* - similar;
    same
magkapatid - *n.* - siblings
maglingkod - *v.* - serve
magtugma/maglapat/mag-akma
    - *v.* - fit
magulang - *n.* - parents
mahaba - *adj.* - long
Mahal na Araw - *n.* – Holy Week
maiingay - *adj.* - noisy
maingat - *adj.* - careful
mainggit - *v.* - envy
mainit - *adj.* - warm; hot; fiery
makina - *n.* - machine; engine
makinig - *v.* - listen
malakas - *adj.* - strong; mighty;
    influential
malaki - *adj.* - big; large

malasa - *adj.* - tasty
malaya - *adv.* - freely
malayo - *adv.* - far; distant
maligaya - *adj.* - happy
**Maligayang Pasko** - *n.* - Merry Christmas
maliit - *adj.* - small; little
**malikhaing guni-guni** - *n.* - creative imagination
malikot - *adj.* - mischievous
malinaw - *adj.* - clear
malinis - *adj.* - clean
mamamayan - *n.* - townspeople
manahi - *v.* - sew
**mananahi/modista/ manunulsi** - *n.* - dressmaker
mananim - *n.* - planter
mandala - *n.* - pile of bundled rice stalks
mangga - *n.* - mango
**manggagamot/mediko/ doktor** - *n.* - doctor
**manggagawa** - *n.* - **laborer**
manggas - *n.* - sleeve
**manggugupit/barbero** - *n.* - barber
mangingisda - *n.* - fisherman
**manininda/manlalako** - *n.* - vendor
**maninisid/mag-aalaga** - *n.* - diver
**manlililok/iskultor** - *n.* - sculptor
**manunugtog/musikero** - *n.* - musician
marami - *adj.* - many

martilyo - *n.* - hammer
masa - *n.* - dough
masarap - *adj.* - delicious
**masaya/masigla/masisigla** - *adj.* - cheerful
**masikap/masikhay/masinop** - *adj.* - industrious; practical; economical
masipag - *adj.* - active
masunurin - *adj.* - obedient
mataas - *adj.* - high; tall; well known
**mataas na paaralan** - *n.* - high school
matalim - *adj.* – sharp
matamo - *adj.* - receive
**matapang/matatapang** - *adj.* - brave
matibay - *adj.* - strong
matinik - *adj.* - thorny
**matiyaga/ mapagpaumanhin** - *adj.* - patient
matuto - *v.* - learn
matuwid - *adj.* – straight; upright
may-ari - *n.* - owner
**Mayo** - *n.* - May
maysakit - *n.* - patient
mensahero - *n.* - messenger
minandal - *n.* - snack
modelo - *n.* - model
mundo - *n.* - world; earth
musika - *n.* - music
mutya - *n.* - pearl; loved one

## Nn

nag-aalab - *v.* - blaze
naglaladlad - *v.* - spread
nagpatuloy - *v.* – continue
nagsasayaw - *v.* - dancing
nagsiyasat - *v.* – investigate
nakaraan - *n.* - past
**nakasakay/nakalulan** - *v.* - riding

nakaupo - *v.* - seated
**nanirahan/natira** - *v.* - resided
natanggap - *v.* - was accepted; received
natuklasan - *v.* - discover
nilililok - *v.* - sculpting; carving; engraving

163

ninang - *n.* - godmother
ninong - *n.* - godfather
nobena - *n.* - novena
Nobyembre - *n.* - November
nota (sa musika) - *n.* - note

nuno/ninuno - *n.* - ancestors; grandparents
nagwawagi - *v.* - winning
nakaluhod - *v.* - kneel

NG/ng

ngayon - *adv.* - now

Oo

oras - *n.* - hour
Orasyon - *n.* - Angelus

orihinal - *n.* - original

Pp

paaralan - *n.* - school
pabigat - *n.* - sinker
pabilog/paligid - *adj.* - circular
pag-aaral - *n.* - study
pag-asa - *n.* - hope
pagdiriwang - *n.* - celebration
pagkain - *n.* - food
pagkakaisa - *n.* - unity
pagod - *n.* - fatigue; tiredness
pagoda - *n.* - parade float on the lake
pagtatapos - *n.* - graduation
pag-unlad/pagsulong - *n.* - progress
pahina - *n.* - page
pahingahan - *n.* - rest area
pait - *n.* - bitterness; chisel
pakay - *n.* - aim; objective; purpose
pakiramdam - *v.* - feel
pakiusap - *n.* - request; entreaty
pako - *n.* - nail
pakwan - *n.* - watermelon
palengke/pamilihan - *n.* - market

paligid - *n.* - environment; surroundings
paligsahan - *n.* - contest
pamagat - *n.* - title
pamana - *n.* - inheritance; legacy
pamangkin - *n.* - niece; nephew
pamantasan - *n.* - university
pambihira - *adj.* - special
pamilya - *n.* - family
panadero - *n.* - baker
panaderya - *n.* - bakery
panahon - *n.* - time
pandinig - *n.* - hearing
pangalan - *n.* - name
panganib - *n.* - danger
pangarap/panaginip - *n.* - dream
pangingisda - *v.* - fishing
pangkat - *n.* - group
panitik/panulat - *n.* - pen
papaya - *n.* - papaya (fruit)
parada - *n.* - parade
parang - *n.* - meadow
parmasyutiko/ parmasyutika - *n.* - pharmacist

**parol sa endramada** - *n.* - lantern hanging on bamboo poles along fences
**partisyon** - *n.* - partition
**pasalamat** - *n.* - thank
**Pasko** - *n.* - Christmas
**pastol ng kalabaw** - *n.* - shepherd of carabao or water buffalo
**pasyente** - *n.* - patient
**pataba** - *n.* - fertilizer
**pataw** - *n.* - float
**patay** - *n.* - dead
**patibong** - *n.* - trap; decoy
**patrong santo** - *n.* - patron saint
**pawis** - *n.* - perspiration; sweat
**pili** - *adj.* - selected
**pintor** - *n.* - artist; painter
**Pintor na Pambansa** - *n.* - National Artist

**piraso** - *n.* - piece
**pista** - *n.* - feast; fiesta
**pista ng bayan** - *n.* - town fiesta
**pito** - *n./adj.* - seven
**plano** - *n.* - plan
**pook** - *n.* - locality
**prusisyon** - *n.* - procession
**prutas** - *n.* - fruits
**pugad** - *n.* - nest
**pugon** - *n.* - oven
**pundasyon** - *n.* - foundation
**punla** - *n.* - seedlings
**puno/punong-kahoy** - *n.* - tree
**punong-bayan** - *n.* - town head; mayor; president
**putik** - *n.* - mud
**puyat** - *adj.* - sleepless

## Rr

**raw (daw)** - *adv.* - it is said
**rin (din)** - *adv.* - also

**rosaryo** - *n.* - rosary

## Ss

**sabay-sabay** - *adj.* - all at the same time
**sabsaban** - *n.* - manger
**sagana** - *adj.* - abundant; plenty; prosperous
**saging** - *n.* - banana
**sagwan** - *n.* - paddle
**sahig** - *n.* - floor
**sakit** - *n.* - sickness; pain
**sakuna** - *n.* - accident
**salawikain** - *n.* - proverb
**saliw** - *n.* - accompaniment
**samahan** - *n.* - organization
**sampalok** - *n.* - tamarind; dark brown poddy fruit
**samyo** - *n.* - aroma

**sangkap** - *n.* - ingredient
**santo** - *n.* - saint
**sariwa** - *adj.* - fresh
**semento** - *n.* - cement
**setro** - *n.* - scepter
**silahis** - *n.* - ray
**silangan/silanganan** – *n.* or *adj* - east
**silid** - *n.* - room; compartment
**silungan** - *n.* - shelter
**simbahan** - *n.* - church
**sinanay** - *v.* - train
**sinturon** - *n.* - belt
**sinulat** - *v.* - written
**sinuri/suriin** - *v.* - analyze
**sinusuri** - *v.* - examining closely

sipag - *n.* - industry
sira - *n.* - tear; defect; *also adj.* - torn; defective
sisid - *n.* - dive
siyam - *n./adj.* - nine
suliranin - *n.* - problem
sulyap - *n.* - glance

sumang-ayon - *v.* - agree
sumasagwan - *v.* - paddling
sundin - *v.* - follow; obey
sunog - *n.* - fire
suso - *n.* – snail

Tt

tabing-dagat - *n.* - seashore
tabing-ilog - *adv.* - riverside; river shore
tadhana - *n.* - fate
tag-araw - *n.* - dry season; summer
tagpuan - *n.* - meeting place
tag-ulan - *n.* - rainy season; wet season
tahanan - *n.* - home; house
tahimik - *adj.* - quiet; peaceful
taimtim - *adj.* - devoted
takdang araw - *n.* - deadline date
talakayin - *v.* - discuss
talilong - *n.* - rockfish
talim - *adj.* - edge
tanawin - *n.* - scenery
tangi - *adj.* - sole; special
tangkay - *n.* - stem; stalk
tangkilikin - *v.* - to support; to care for
tanyag - *adj.* - famous
tao - *n.* - human; people
taong bayan - *n.* - townspeople; people
taun-taon - *adj.* - every year; annual

tatlo - *n./adj.* - three
tigang - *adj.* - dry
timog - *n./adj.* - south
timpalak - *n.* - contest
tinapay - *n.* - bread
tinatahi - *v.* - sew; mend
tinatakal - *v.* - to measure
tinuruan - *v.* - teach
tiya - *n.* - aunt
tiyaga - *n.* - patience; perseverance
tiyempo - *n.* - time (in music)
tiyo - *n.* - uncle
tradisyon - *n.* - tradition
tubig - *n.* - water
tubig alat - *n.* - salt water
tubig tabang - *n.* - fresh water
tubig ulan - *n.* - rain water
tubo - *v.* - hail
tulay - *n.* - bridge
tulung-tulong - *adj.* - helping or assisting each other
tumulong - *v.* - help
tungkulin - *n.* - duty; obligation; job
tuparin - *v.* - accomplish
tutal - *n.* - total

## Uu

ugat - *n.* - root
ulan - *n.* - rain
uling - *n.* - charcoal
ulo - *n.* - head
umagahan - *n.* - breakfast

una - *n.* - first
unti-unti - *adv.* - slowly
uri - *n.* - quality
usbong - *n.* - young shoot
utusan - *n.* - servant

## Ww

watak-watak - *adj.* - scattered;
    disunited
watawat - *n.* - flag

wawa - *n.* - rivulet
wika - *n.* - language

## Yy

yabang - *n.* - pride
yakal - *n.* - wood from native tree

yari - *n.* - product
yungib - *n.* - cave

12-25-02

TALAHULUGANAN (Cont'd.) – GLOSSARY (TERMS)

Aa

*Adoracion Nocturna* – *n.* – (Spanish) Nocturnal Adoration, or nightly adoration; an evening celebration of the Holy Eucharist at a Catholic Mass. (The *Lempoy* Club, pages 22-23)

*alagaw* – *n.* – (Tagalog, or Filipino language) a plant whose leaves are used to flavor food, especially fish. (The Town of Angono, page 3)

*amihan* – *n.* – (Tagalog) the gentle, cool breeze that blows from the mountains east of Angono. (The Farmer, page 55)

**Angelus time** – *n.* – the time (around 6:00 p.m. or dusk) that the church bell tolls to remind the townspeople that it is time to recite the Angelus, a prayer devoted to the Annunciation. (The Town of Angono, page 9; The Church Bells, page 89)

**Angonians** – *n.* – people who are natives of or who have roots in the town of Angono, who have migrated to other countries, and who have not forgotten the customs and traditions of their town and the Philippines. (Reunion at Emerald Isle, page 95; Where There's Pain, There's Gain; pages 121, 123 & 125)

**Angono** – *n.* – a small scenic town in Rizal province in the Philippines. It is near the foothills of the Sierra Madre Mountains with rice fields to the north, east, and south and Laguna Lake to the west. (The Town of Angono, page 3)

**Angono Elementary School** – *n.* – the wooden building located along a provincial road on Angono's outskirts, where the town's children attend classes. (Musicians in the Making, page 67; Where There's Pain, There's Gain; page 117)

**Angono Fiesta** – *n.* – the feast of the town of Angono celebrated annually on November 23 in honor of the town's patron saint, St. Clement, pope and martyr. The feast includes a Mass, a street procession, and a fluvial procession on Laguna Lake. It is also known as the Feast of St. Clement or *San Clemente Fiesta*. (The Great Artist, page 73)

**Angono fishermen** – *n.* – those from Angono who fish in Laguna Lake. (Reunion at Emerald Isle, page 97)

**Angono petroglyphs** – *n.* – ancient writings discovered by Carlos "Botong" V. Francisco and some friends in a cave near Angono in 1965. (The Great Artist, page 75)

*at iba pa* – *n.* – (Tagalog) etcetera; and others; and so forth, and so on. (Reunion at Emerald Isle, page 99)

## Bb

*balikbayan* – *n.* – (Tagalog) a person or persons who make return trips to the Philippines to visit family and friends. (Where There's Pain, There's Gain; page 127)

*Balite* – *n.* – (Tagalog) a busy shopping intersection. (The Town of Angono, page 7)

*balut* – *n.* – (Tagalog) an 18-day-fertilized, hard-shelled duck egg that has been boiled, a food delicacy in the Philippines. (The Duck Raiser, page 59)

*bamban* – *n.* – (Tagalog) duck eggs that have soft shells because of the lack of crushed seashells, which the duck raiser purposefully includes, in the ducks' food to produce hard-shelled eggs. (The Duck Raiser, page 59; No Cross, No Crown; page 113)

*banaba* – *n.* – (Tagalog) an herbal tree whose leaves are boiled for medicinal purposes. (The Town of Angono, page 3)

*banca* or *bangka* – *n.*– (Tagalog) a small boat used by Angono fishermen. (The Fisherman, page 33)

*bangka na may layag* – *n.* – (Tagalog) a small sailboat. (Pagtitipon, page 102) *bangkang pukot* – *n.* – (Tagalog) a large wooden boat made and used by fishermen that can accommodate 10 or more. (The *Mamumukot*, page 45; No Cross, No Crown, p. 111)

*bangus* – *n.* – (Tagalog) milkfish. (A Fisherman's Tale, page 37)

*Baraka* – *n.* – (Tagalog) a busy shopping intersection where people often meet on their way to church. (The Town of Angono, page 7)

**barber's tales** or **tales of the barber**– *n.* – stories, real and imaginary, that one hears during visits to the barber shop. (The Barber, page 31; The Carpenters [At Work], page 79)

*barong* – *n.* – (Tagalog) a white or cream-colored, long-sleeved shirt made from fine, sheer fabric worn by men for special occasions. (The Dressmaker, page 29)

**barrio** – *n.* – one district or section of a town. (The Town of Angono, page 13)

*Batong Buhay* – *n.* – (Tagalog) a boulder with a flat top in the middle of Angono River near the foothills on which swimmers, young and old, meet to cool off while swimming during summertime. (The Town of Angono, page 7)

*Bayanihan* – *n.* – (Tagalog) a famous painting by Carlos "Botong" V. Francisco depicting people transporting a nipa house from one location to another. (The Great Artist, page 73; Selfless Cooperation, pages 85 & 87; Unity, page 157)

**bequeath** – *v.t.* – to pass on or hand down. Carlos "Botong" V. Francisco bequeathed some of his works to Angono. His works are a legacy to the young artists of Angono, a haven for artists. (The Great Artist, page 75)

*bibingka* – *n.* – (Tagalog) a type of cake made with sweet rice baked surrounded by banana leaves and topped with sweet coconut jam. Other types are made with ground rice flour or grated cassava root flour and also topped with sweet coconut jam. (No Cross, No Crown; page 115; Angono Then, page 143) *bigas* – *n.* – (Tagalog) rice after the grains have been milled; a food staple in the Philippines. (The Farmer, page 57)

*bingwit* – *n.* – (Tagalog) fishing tackle; *also* **bingwit** – *v.t.* – to snag, to pry by means of a sharp or pointed object. (No Cross, No Crown; page 113)

*Bisaya* – *n.* – (Tagalog) Visaya or the Visayan Islands; one of the three main islands of the Philippines. (Panawagan, page 148)

*Bisperas* – *n.* – (Tagalog) the day before, eve. (Feast of St. Clement, page 129)

*Bisperas ng Pasko* – *n.* – (Tagalog) Christmas Eve, December 24. (The Town of Angono, page 15)

*bitag* or *patibong* – *n.* – (Tagalog) a trap. (Pagtitipon, page 94)

*biya* – *n.* – (Tagalog) goby fish. (A Fisherman's Tale, page 37)

*bonggoy* – *n.* – (Tagalog) apprentices, young people learning a trade; the lowest rank of the fishing team. These young fishermen do manual labor and menial tasks before becoming full-fledged fishermen. (The *Mamumukot*, page 47)

*Botong* – *n.* – (Tagalog) the nickname of Carlos V. Francisco. (The Great Artist, pages 73 & 75)

*bulubod* – *n.* – (Tagalog) bundles of rice plant seedlings. (The Farmer, page 55)

*Bulwagang Katipunan* – *n.* – (Tagalog) the main lobby of Manila's City Hall building where one of the famous murals of Carlos "Botong" V. Francisco hangs. (The Great Artist, page 73)

*buslo* – *n.* – (Tagalog) a basket. (Ang Panadero, page 80)

## Cc

*camote* or ***kamote*** – *n.* – (Tagalog) sweet potatoes. (No Cross, No Crown; page 115)

*carabao* – *n.* – water buffalo; the Filipino farmer's beast of burden. (The Farmer, page 53; No Cross, No Crown; pages 109, 111 & 115)

**Carlos "Botong" V. Francisco** – *n.* – an Angono native, famous muralist, and national artist of the Philippines. (The Great Artist, page 73)

**chieftain** – *n.* –the leader of a clan or tribe. (The Great Artist, page 71)

**church** – *n.* – a place or building for public Christian worship. (The Church, page 91)

**Church** – *n.* – a whole group of Christian believers or their organized bodies in a place of worship. (The Town of Angono, page 9; The Church, pages 89, 91 & 93)

**contra-tiempo** – *adv.* – counter time. (The Barber, page 31)

## Dd

*daing* – *n.* – (Tagalog) rockfish that is cleaned and dried under the heat of the sun. (Reunion at Emerald Isle, page 99)

*dala* – *n.* – (Tagalog) a net the fisherman carries on his shoulder and uses to fish; *also **dala*** – *v.* – to carry. (Reunion at Emerald Isle, page 97; No Cross, No Crown; page 111)

*dalag* – *n.* – (Tagalog) mudfish. (A Fisherman's Tale, page 37)

*daluyong* – *n.* – (Tagalog) ocean wave. (Pagtitipon, page 100)

*datu* – *n.* – (Tagalog) chieftain; the chief of a clan or tribe. (Ang Pintor, page 70)

**duck raiser** – *n.* – farmers who raise from 100 to 1,000 ducks on their farms. (The Duck Raiser, pages 59 & 61)

***Dulong Wawa*** – *n.* – (Tagalog) the flat, grassy meadows near the mouth of the Angono River which flows to Laguna Lake. Angonians enjoy walks there at dusk. (The Town of Angono, page 7)

## Ee

**Emerald Isle, North Carolina, U.S.A.** – *n* – a town on Bogue Banks Island on the Southern Outer Banks of the State of North Carolina in the United States of America. (Reunion at Emerald Isle, pages 95 & 103)

***endramadas*** – *n.* – (Tagalog) the pairs of tall bamboo poles topped with red flags on the gates of homes on which the Angono townspeople place decorations two to three weeks before November 23, the Feast Day of St. Clement. (The Town Fiesta of Angono, page 131)

## Ff

**Ferdinand Magellan** – *n.* – the Portuguese navigator who discovered the Philippine Islands on March 16, 1521, and who was killed by the chieftain *Lapu–Lapu* while leading the Spanish Conquistadors in a battle with the natives. (The Great Artist, page 71)

**fiesta** – *n.* – an annual celebration honoring a town's patron saint. (Feast for St. Clement, page 129; The Town Fiesta, page 131)

**Filipino** – *n.* – the national language, based on Tagalog, of the Republic of the Philippines. (Title Page)

**fishers** – *n.* – fishermen; the author's family and friends who fish while vacationing in Emerald Isle, North Carolina. (Reunion at Emerald Isle, page 97)

## Gg

**garbanzos** – *n.* – cooked, sweetened, and preserved chickpeas. (Angono Then, page 141)

## Hh

**halaya** – *n.* – (Tagalog) a purple yam that is cooked to produce a jam. (Angono Then, page 141)

**halu–halo** – *n.* – (Tagalog) an ice-cold dessert consisting of crushed ice over a mixture of evaporated milk, purple yam jam, sweetened garbanzos, sweetened young coconut strings, and sweetened white kidney and red mung beans, among other things. (Angono Then, page 141)

**harana** – *n.* – (Tagalog) local young men serenading young out-of-town women visiting family and friends in town. The young men often play the guitar and sing romantic ballads to the young women, who sometimes befriend the men and continue the friendships. (Angono Then, page 143)

**hayuma** – *n.* – (Tagalog) mending damaged fishing nets using a needle and thread. (The *Mamumukot*, page 49)

**higante** – *n.* – giant paper–mache and bamboo figures of people originally created by Carlos "Botong" V. Francisco for use in Angono's annual Feast of St. Clement parade. The townspeople continue the tradition of making two giants, one male and one female, that have festive clothing. (Pista ng Angono, page 130)

**hito** – *n.* – (Tagalog) catfish. (A Fisherman's Tale, page 37)

**huran** – *v.* – (Tagalog) to drag or pull a fishing net. (No Cross, No Crown; page 113) *ibayo* – *n.* – the part of Angono across the river from the side more familiar to the author. (The Town of Angono, page 13)

*ipil–ipil* – *n.* – (Tagalog) a type of wood used for houses, furniture, fences, etc. (The Town of Angono, page 3; The Carpenter [His Virtues], page 77)

*isdang–lapad* – *n.* – (Tagalog) flounder; marine flatfish. (Reunion at Emerald Isle, page 99)

*itlog na maalat* – *n.* – salted duck eggs; hard-shelled duck eggs soaked in brine, dyed with red food coloring, and boiled; a food delicacy in the Philippines and Southeast Asia. (Ang Mag-iitik, page 58)

Jj

**jet ski** – *n.* – a small, jet-stream-propelled water craft, typically for one or two people (riding tandem). (Reunion at Emerald Isle, page 103)

*jusi* – *n.* – fabric made from raw silk used to make "Barong Tagalog or Polo Barong," formal and semi-formal shirts for Filipino men. (The Dressmaker, page 29)

Kk

*kaingin* – *n.* – (Tagalog) hills or mountains in eastern Angono that have been cleared of brush by farmers for planting crops, such as yams, cassava roots, and rice. (No Cross, No Crown; page 115)

*kalabaw* – *n.* – (Tagalog) carabao, water buffalo; the beast of burden of Filipino farmers. (Ang Magsasaka, page 52)

*kamatis* – *n.* – (Tagalog) tomatoes. (You Are Truly From Angono, page 139)

*kamote* or *camote* – *n.* – (Tagalog) sweet potatoes. (No Cross, No Crown; page 115) *kanduli* – *n.* – (Tagalog) a species of sea catfish. (A Fisherman's Tale, page 37)

*kawan ng isda* – *n.* – (Tagalog) a school of fish. (Pagtitipon sa Emerald Isle, page 96)

*kitid* – *adj.* – (Tagalog) narrow; **kitid** - *n.* – a narrow fishing net used by Angono fishermen in Laguna Lake. (No Cross, No Crown; page 111)

*koleekee* – *n.* – (Tagalog) a place near the foothills in eastern Angono where water buffalo wallow in the water and mud. (The Town of Angono, page 7)

*koryente* – *n.* – (Tagalog) electricity; electric wires or cables between electric posts along streets. (Bayanihan, page 84)

*kundiman* – *n.* – (Tagalog) local romantic ballads. (The Composer, page 61; Angono Then, page 143)

## Ll

**Laguna Lake, or *Laguna de Bay*** – *n.* – the largest freshwater lake in the Philippines with the province of Rizal to its south and the province of Laguna to its north. (A Fisherman's Tale, page 37; The *Mamumukot*, page 49; The Duck Raiser, page 59)

*lakambini* – *n.* – (Tagalog) muse. (*Ang Manlililok*, page 38)

*lamay* or **lamayan** – *n.* – (Tagalog) a wake; family and friends holding vigil over their deceased loved one's body until the scheduled burial. (*Magandang Kaugalian*, page 144)

*lambatan* – *n.* – (Tagalog) a large fishing boat with oars and nets. (The *Mamumukot*, page 45)

*lambat–pukot* – *n.* – (Tagalog) a heavy fishing net used by a group of fishermen. (No Cross, No Crown; page 111)

*Lapu–Lapu* – *n.* – (Tagalog) the native Filipino chieftain who led his warriors in combat against the Spanish Conquistadors, led by Ferdinand Magellan, in the Battle of Mactan in 1521 in the Visayan Islands of the Philippines. (The Great Artist, page 71)

*leche flan* – *n.* – (Tagalog) an egg custard. (Angono Then, page 141)

*lechon* – *n.* – (Tagalog) a whole piglet or pig placed on a bamboo spit and roasted over hot coals. (No Cross, No Crown; page 115)

*Legion de Maria* – *n.* – (Spanish) Legion of Mary; a multitude of persons praying the Rosary. (The *Lempoy* Club, page 23)

*lempoy* – *n.* – (Tagalog) a weakling. (The *Lempoy* Club, page 23)

*Lempoy* **Club** – *n.* – the name the author's male friends chose for their group when they were young men. Their group's mission was to improve their minds and bodies and to do good for others. (The *Lempoy* Club, page 21)

*Limasawa* – *n.* – the place in Leyte province where the first Catholic Mass was held after the Spanish Conquistadors first arrived in the Philippines in March 1521. (The Great Artist, page 71)

*lola* – *n.* – (Tagalog) grandmother. (The Town of Angono, page 15)

*lolo* – *n.* – (Tagalog) grandfather. (The Town of Angono, page 15)

*lunsaran* – *n.* – (Tagalog) pier. (Pagtitipon sa Emerald Isle, page 98)

**Luzon** – *n.* – the biggest of the Philippine islands and where the Philippine capital city of Manila is located. (A Clarion Call, page 149) *mabolo* – *n.* – (Tagalog) a tall tree whose fruit has skin like that of a peach. (The Town of Angono, page 3)

*macapuno* – *n.* – (Tagalog) strings of young coconut meat. (Angono Then, page 141)

**Mactan** – *n.* – an island in the east coast of Cebu province in the Philippines, where Ferdinand Magellan was killed by a chieftain of Mactan natives, on April 27, 1521, on an expedition. (The Great Artist, page 71)

*mag-aalaga* – *n.* – (Tagalog) a fisherman who, without diving equipment, dives and ensures the fishing nets are not tangled underwater. (The *Mamumukot*, page 47)

*makopa* – *n.* – (Tagalog) a tree whose reddish-white fruit resembles a trophy. (The Town of Angono, page 3)

*mamimingwit* – *n.* – (Tagalog) any person who fishes with hook, pole, line, sinker, and bait. (No Cross, No Crown; page 113)

*mamumukot* – *n.* – (Tagalog) a member of a group of twenty to thirty fishermen from Angono. (The *Mamumukot*, pages 45 & 47; No Cross, No Crown; page 111)

*mandadala* – *n.* – (Tagalog) a fisherman who throws a net to catch fish. (No Cross, No Crown; page 111)

*mandala* – *n.* – (Tagalog) the pyramid-like stack of bundles of rice grain stalks in a rice field. (The Farmer, page 57)

*mangingitid* – *n.* – (Tagalog) a lone fisherman who uses a net, "kitid," while fishing, sometimes at night, from a small wooden boat equipped with a paddle, a sail, and an outrigger on Laguna Lake. (No Cross, No Crown; page 111)

**Manila** – *n.* – the capital city of the Republic of the Philippines, a busy seaport in Manila Bay. (The Great Artist, page 73)

**manna** – *n.* – divine or spiritual food. (Reunion at Emerald Isle, page 99)

***mano*** – *n.* – (Tagalog) the custom of younger people showing respect when greeting an older person by kissing or bringing to the forehead the elder's right hand. (Ang Bayan ng Angono, page 14)

***manunundo*** – *n.* – (Tagalog) the person who calls and wakes his fellow fishermen up early in the morning to start their work, fishing in Laguna Lake. (The *Mamumukot*, page 45)

***manunuso*** – *n.* – (Tagalog) a fisherman who gathers small seashells using "pahuran" from the muddy bed of Laguna Lake. (No Cross, No Crown; page 113)

**Maria Clara** – *n.* – (Spanish) the name of a character in Philippine National Hero José Rizal's 1887 book <u>Noli</u> <u>Me</u> <u>Tangere</u> ([Latin] "do not touch me"); a young Filipina woman wearing a Maria Clara dress. (The Dressmaker, page 29)

**Maria Clara dress** – *n.* – a white or cream-colored formal dress made from pineapple leaf threads worn by Filipina women for special occasions. The dress has a long, full skirt; a fitted bodice, and butterfly sleeves and was popular during the Spanish Era in the Philippines. (The Dressmaker, page 29)

***Matang Tubig*** – *n.* – (Tagalog) the eye of a river; the water source of Angono River. (The Town of Angono, page 7)

**Mindanao** – *n.* – the second largest of the Philippine islands, located in the southern part of the country. (A Clarion Call, page 149)

**Misa de Gallo** – *n.* – (Spanish) Christmas novena or the Mass of the Rooster at dawn. The Tagalog term is *simbang–gabi,* nine nights of prayers until Christmas Day celebrations. (The Town of Angono, page 13)

***modelo*** – *n.* – (Tagalog) model; an artist's model. (Ang Manlililok, page 38)

**narra tree** – *n.* – a tree whose hard wood is used for furniture. (The *Lempoy* Club, page 21)

**nipa (frutican)** – *n.* – East Indian palm, used for roofs and siding of houses as well as baskets. (The Town of Angono, pages 3 & 5)

**nipa huts** – *n.* – wood and bamboo houses with nipa roofs and siding. (The Town of Angono, page 5)

**NoCAA** – *n.* – Northern California Angono Association. (Angono Fiesta in America and Canada, page 133)

**novena** – *n.* – (Spanish) nine consecutive days or nights of prayers. (The Town of Angono, page 11)

## Oo

*okoy* – *n.* – (Tagalog) a mixture of flour batter with coloring from annatto seeds, shrimp, bean sprouts, chopped onions, and chopped sweet potatoes fried until crispy and golden brown and often served with a sauce of white vinegar, chopped garlic and black pepper. (Reunion at Emerald Isle, page 101)

## Pp

*pabigat* – *n.* – (Tagalog) the weights attached to one side of a fishing net that anchor it to the sea bed while floats attached its other side help keep it vertical and able to catch fish. (The *Mamumukot*, page 47; Reunion at Emerald Isle, page 97)

**Paete, Laguna** – *n.* – a small fishing town almost directly across Laguna Lake from Angono. (A Fisherman's Tale, page 35)

*Pagbabayo ng Palay* – *n.* – (Tagalog) "Pounding of Rice Grains," a painting by Carlos "Botong" V. Francisco depicting two persons alternately hitting rice grains on a large, waist-high, wood mortar to separate the rice grains from their husks. (The Great Artist, page 73)

*pag–iitik* – *n.* – (Tagalog) raising ducks. Duck raisers must feed their mating ducks the right mixture of seashells, shrimp, and dried grated coconut meat for the ducks to produce hard-shelled eggs. (Ang Mag-iitik, page 60; No Cross, No Crown; page 113)

*paglalamay* – *n.* – (Tagalog) the vigil family and friends of a deceased loved one keep prior to the scheduled burial date. (Magandang Kaugalian, page 144)

*pagoda* – *n.* – (Tagalog) a four-sided, bamboo platform raft on which a statue of the feast's honored saint sits. This raft is placed on four decorated boats, with flags on their corner posts. Some townspeople wade in the water near the float while others hold onto and guide the float while swimming alongside it. (The Town Fiesta, page 131)

*pahuran* – *n.* – (Tagalog) a net used to gather small seashells from the muddy sea bottom. of Laguna de Bay or the Laguna Lake. (No Cross, No Crown; page 113)

*palaka* – *n.* – (Tagalog) frog. (Walang Krus, Walang Korona, page 112)

*palatandaan* – *n.* – (Tagalog) balsa wood or foam floating markers attached to the top side of a fishing net to indicate the net's location. (Pagtitipon, page 98)

*palay* – *n.* – (Tagalog) rice plant, paddy, unhusked rice. The matured rice plants look like a sea of green until they turn golden yellow and are ready to be harvested. (The Town of Angono, page 3; The Farmer, page 55)

*palu–palo* – *n.* – (Tagalog) a piece of wood people use to hit to clean dirty clothes on flat rocks along the river. (The Town of Angono, page 7)

*pan de sal* – *n.* – (Tagalog) a sweet bread roll usually eaten for breakfast. (The *Pan de Sal* Maker, page 81; Angono Then, page 141)

*panadero* – *n.* – (Tagalog) baker, *pan de sal* maker. (Ang Panadero, page 80) *panag–arawan* – *n.* – (Tagalog) a farm in which vegetables and fruits are grown on crawling vines, mainly in western Angono. (No Cross, No Crown; page 113)

*pangkat* – *n.* – (Tagalog) a team or a group of fisherman. (Ang Mamumukot, pages 44 & 46)

*panunuso* – *n.* – (Tagalog) dragging a net called "pahuran" along the muddy seabed of Laguna Lake to gather small sea shells, "suso" in it. (No Cross, No Crown; page 113)

*papag* – *n.* – (Tagalog) a low, wide bamboo bench used by street vendors selling snacks along the streets of Angono, Rizal, Philippines. (Angono Then, page 143)

*parol* – *n.* – (Tagalog) a small triangular float made with bamboo that holds a small kerosene lamp and used by fishermen to mark their fishing net locations; *also* a candlelit lantern whose star-shaped frame is bamboo and covered with paper, a popular Christmas decoration in Angono. (Bayan ng Angono, page 14; Ang Mamumukot, page 44)

**Pasig** – *n.* – the capital of Rizal province. From the early 1900s, children from Pasig and its neighboring towns attended Pasig's Rizal High School until the 1950s, when the neighboring towns began to build their own public and private high schools to accommodate the growing student population. (The Dressmaker, page 29; Where There's Pain, There's Gain; page 117)

*Pasko* – *n.* – (Tagalog) Christmas, December 25, the celebration of Jesus Christ's birth. (The Town of Angono, page 13)

*pataw* – *n.* – (Tagalog) wood or foam floats used by fishermen to mark their fishing net locations. (Pagtitipon, page 96; Reunion at Emerald Isle, page 97)

*patibong* – *n.* – (Tagalog) a trap to catch fish and other sea life, even animals on land. (Pagtitipon, page 94)

**patio** – *n.* – (Tagalog) area in front of a church where townspeople sometimes celebrate with music and dancing. (The Town of Angono, page 11; The Church, page 91)

**Philippines** or **Philippine Islands** – *n.* – official name Republic of the Philippines; an archipelago of 7,100 islands off the coast of Southeast Asia, south of China and north of Borneo; whose three main islands are Luzon, Visayas, and Mindanao. The capital city of Manila, a busy seaport, is on the largest island, Luzon. The Spanish occupied the Philippines for nearly 400 years and greatly influenced the country's culture. The country's official languages are Filipino, based on Tagalog, and English. The majority of the population is Roman Catholic. (The Great Artist, page 71)

*Pilipino* – *n.* – (Tagalog) nationality, a citizen of the Republic of the Philippines, a person of Filipino descent. (A Clarion Call, page 149)

*piña* – *n.* – (Tagalog) fabric from the threads of pineapple leaves and from which Maria Clara dresses and men's *barongs* (Tagalog or Polo) are made. (The Dressmaker, page 29)

*Pinoy* – *n.* – (Tagalog) short for Pilipino, a citizen of the Philippines, a person of Filipino descent. (A Clarion Call, page 149; Unity, page 153)

*polo barong* – *n.* – (Tagalog) a short-sleeved shirt made from sheer, light material, such as *jusi* or *pina*, that Filipino men wear for semi-formal or formal occasions. (The Dressmaker, page 29)

*ponda* – *n.* – (Tagalog) small shops or stalls that sell desserts, such as *halu–halo* during summertime in Angono, Rizal, Philippines. (Angono Then, page 141)

*pukot* – *n.* – (Tagalog) a group or team of Angono fisherman. Some of the names of the different fishing teams are *Banez, Bukayo, Marahas, Mente, Kuping,* and *Pugo.* (The *Mamumukot,* pages 45 & 47)

*punla* – *n.* – (Tagalog) rice plant seedlings used by the farmers and rice planters during planting season. (The Farmer, page 55) *puto – n.* – (Tagalog) a white rice cake, usually eaten with grated white coconut and hot tea. (Angono Then, page 141)

*puya – n.* – (Tagalog) a duck yard, or a duck's nesting place. (The Duck Raiser, page 54; No Cross, No Crown; page 113)

## Rr

*rigaton – n.* – (Tagalog) a fish wholesaler who buys the biggest fish, while the smaller fish are taken to the market for the public to purchase. (The *Mamumukot*, page 47)

**Rizal High School** *– n.* – the secondary school located in Pasig, about ten kilometers southeast of Manila; the author's alma mater. (Where There's Pain, There's Gain; page 117)

## Ss

**saint** *– n.* – a person of great holiness, virtue, or benevolence formally canonized by the pope, the spiritual leader of the Roman Catholic Church. (The Town of Angono, page 13)

**Saint Clement** *– n.* – Angono's patron saint. (The Town Fiesta, page 131)

**Saint Clement's Feast Day** *– n.* – November 23 annually. The townspeople of Angono honor their patron saint with a procession around town and a water parade on Laguna Lake. (Angono Fiesta, pages 131 & 133)

**Saint Joseph** *– n.* – the stepfather of Jesus Christ and the spouse of the Virgin Mary. The townspeople of Angono celebrate the Feast of Saint Joseph in March every year. (The Town of Angono, page 13)

*sakag – n.* – (Tagalog) a triangular-shaped net with two framed bamboo poles forming the "V." A fisherman holds the net where the bamboo poles meet and pushes it forward in waist- or chest-deep water to catch shrimps, fish and other seafoods in Laguna Lake. (No Cross, No Crown; page 111)

*salakab – n. –* (Tagalog) a cylindrical bamboo fish trap used in knee-deep water to trap and catch mudfish along the seashore of Angono, Rizal. (No Cross, No Gain; page 111)

*salakot – n. –* (Tagalog) a large, round hat made with nipa leaves that women wear to protect their heads from the elements while working in the rice fields. (The Rice Planters, page 27)

*salambao – n. –* (Tagalog) a square fishing net that hangs from bamboo poles. (No Cross, No Crown; page 111)

*sampayan – n. –* (Tagalog) bamboo poles used to dry fishing nets along the seashore of Angono, Rizal; clothesline. (Ang Mamumukot, page 48)

*sampurado – n. –* (Tagalog) porridge of sweet chocolate-flavored rice eaten for breakfast or as a snack. (Angono Then, page 143)

*San Clemente – n. –* (Spanish) Saint Clement, Angono's patron saint. (The Town of Angono, page 9; Fiesta in Angono, page 129)

*San Isidro Labrador – n. –* (Spanish) the patron saint of farmers in Angono's Barrio San Isidro, whom the townspeople honor during the Carabao Festival on May 15 annually. (The Town of Angono, page 13)

*San Pedro – n. –* (Spanish) Saint Peter, whom Angono honors annually one day during Lent. (The Town of Angono, page 13)

*San Roque – n. –* (Spanish) the patron saint of the sick in Angono's Barrio San Roque, whom the townspeople honor with a feast annually in August. (The Town of Angono, page 13)

*San Vicente Ferrer – n. –* (Spanish) Saint Vincent Ferrer, patron saint of Angono's Barrio San Vicente, whom the townspeople honor with a feast annually in April. (The Town of Angono, page 13)

*sapa – n. –* (Tagalog) a creek. (The Town of Angono, page 7)

*Sapang Dulangan – n. –* (Tagalog) a low waterfall in a shallow part of the Angono River near the foothills whose exposed edge is straight, flat, and narrow and spans the river's width. It is easily travelled and a place where young people sometimes meet to have picnics during summertime. (The Town of Angono, page 7)

**Sierra Madre mountains** – *n.* – a north-south mountain range on the eastern side of Luzon that extends down to the eastern part of Angono. (The Town of Angono, page 3)

*sikwan* – *n.* – (Tagalog) fisherman's tools, a needle and thread used by Angono fishermen to mend and repair their damaged fishing nets. (The *Mamumukot*, page 49)

*simbang-gabi* – *n.* – (Tagalog) the annual novena before Christmas. The Spanish term is *Misa de Gallo*. In Angono, *simbang-gabi* is a Catholic Mass at dawn, a part of the novena. (The Town of Angono, page 13; The Church, page 93)

*sinigang* – *n.* – (Tagalog) a soup mixture of fish, shrimp, or pork and different vegetables, such as string beans, radishes, eggplant, spinach, okra, and lima beans, seasoned with tamarind, guava, or lemon. (Reunion at Emerald Isle, page 99)

*sombrero* – *n.* – (Spanish; Tagalog) the large, round hat made with nipa leaves that men wear while working to protect their heads from the elements. (The Rice Planters, page 27)

*suman* – *n.* – (Tagalog) sweet rice mixed with coconut milk or diluted lye water, rolled in banana leaves, and then boiled. *Suman* is often eaten with shredded coconut and sugar or in a bowl of chocolate milk. (The Town of Angono, page 15)

*suso* – *n.* – (Tagalog) seashells of all sizes and shapes gathered by fisherman and used to feed the duck raiser's ducks to produce hard-shelled eggs. (Walang Krus, Walang Korona, page 112)

## Tt

*Tabing-ilog* – *n.* – (Tagalog) banks of the Angono River. (The Town of Angono, page 7)

*Tagalog* – *n.* – basis of Filipino, the national language of the Republic of the Philippines.

*talilong* – *n.* – (Tagalog) a type of rockfish. (Reunion at Emerald Isle, page 99)

*talong* – *n.* – (Tagalog) eggplant. (Reunion at Emerald Isle, page 101)

*tanda* – *n.* – (Tagalog) floating markers in daytime or small lamps at night that indicate the location of fishing nets. (Pagtitipon, page 96)

## Uu

*uling* – *n.* – (Tagalog) charcoal. (No Cross, No Crown; page 115)

## Vv

**Visayas** – *n.* – also known as the Visayan Islands, or "Bisaya;" the group of islands between Luzon, the Philippines' biggest island in the north, and Mindanao, the country's second biggest island in the south. (A Clarion Call, page 149)

## Ww

*Wawa* – *n.* – (Tagalog) where the Angono River and Laguna Lake meet. Fishermen meet on the shore there to arrange their fishing equipments before beginning the day's work or dry or mend their nets there. Couples also enjoy walks on the grassy meadows along the shores of Laguna Lake on moonlit nights. (The *Mamumukot*, pages 45 & 49; Angono Then, page 141)

## Yy

**yakal** – *n.* – (Tagalog) a tree whose hard wood is used for building materials and furniture, among other things. (The Town of Angono, page 3; The Carpenter [His Virtues], page 77)

11–20–03

# TUNGKOL SA MAY-AKDA

Timoteo (Tim) Medina Saguinsin, ipinanganak na may kakambal na babae, Maxima Medina Saguinsin, noong Mayo 13, 1936, kanilang mga magulang, sina Angel M. at Sixta G. Medina–Saguinsin, may isa siyang nakatatandang kapatid na lalaki at tatlo pang mga kapatid na babae sa matulaing bayan ng Angono, Rizal, Philippines. Nagtapos siya sa Mababang Paaralan ng Angono, noong Abril, 1949. Siya ay naging Patnugot ng bahagi ng Wikang Pambansa ng "The Rizalian," pahayagan ng Rizal High School, Pasig, Rizal, Philippines, noong taong 1952-53 bago siya nagtapos sa Mataas na Paaralan ng Rizal. Nagkapalad siyang masapi sa Hukbong Dagat ng America noong Pebrero 10, 1961, at namahinga siya bilang isang Opisyal matapos makapaglingkod ng dalawampu at anim na taon bilang isang Elektrisista sa United States Navy noong Mayo 1, 1987. Sa kasalukuyan ay nasisiyahan siya sa buhay na pamamahinga sa piling ng kanyang mutyang maybahay, Dolores (Dolly) R. Tolentino-Saguinsin at pamilya na tatlong anak na may kani-kanilang pamilya na nagdulot sa kanila ng apat na apo sa lunsod ng Virginia Beach, Virginia, U.S.A. Marami siyang sinulat na mga tula at sanaysay na nalathala sa iba't ibang pahayagan at magasin. Sa pagmamahal niya sa sining at kalinangan sinulat niya ang aklat na <u>Buhay</u> <u>sa</u> <u>Angono</u>, isang gurong-akda na may katutubong kulay.

## Tungkol sa Nagsalin sa Ingles

Si Leonor S. Bautista-Samson, taal na taga-Angono, Rizal, Philippines, ay nagturo sa Mababang Paaralan ng Angono maraming taon nang nakaraan. Sa kanyang pagtuturo ng mga wikang Ingles at Filipino, nadama niya ang kasiyahang-loob at katuparan sa pagmumulat sa mga kabataan, lalung-lalo na sa kanyang mga apong lalaki, sa sining ng talastasang pasalita o pasulat. Namahinga siya bilang pangalawang punong-guro, at sa kasalukuyan ay marami siyang panahon sa pagbabasa at manaka-nakang pagsusulat kung nahihilingan ng kapwa, at ang "paglilingkod na ito ang tangi niyang gantimpala."

# ABOUT THE AUTHOR

Timoteo (Tim) Medina Saguinsin was born with his twin sister Maxima M. on May 13, 1936, to Angel M. and Sixta G. Medina-Saguinsin in the scenic town of Angono, Rizal, Philippines. He also had an older brother and three other sisters. He completed his elementary education at Angono Elementary School in April 1949. During his senior year (1952-53) at Rizal High School in Pasig, Rizal, Philippines, he was the Filipino Language (Tagalog) Editor of the school newsletter, *The Rizalian*. On February 10, 1961, he joined the United States Navy, and, after specializing in Electrical (Technical) Systems and serving more than twenty-six years, he retired a Naval Officer on May 1, 1987. He and his wife Dolores (Dolly) R. Tolentino-Saguinsin have three children and four grandchildren and live in Virginia Beach, Virginia, U.S.A., where they are enjoying retirement. A prolific writer, he has written a number of poems and essays for publications. For his love of the arts and culture, he wrote this book of poetry, Life in Angono, a work in local color.


## About the English Version Writer

Leonor S. Bautista-Samson, a native of Angono, Rizal, Philippines, taught at Angono Elementary School for many years. With a love for the oral and written communication arts, she found enjoyment and fulfillment teaching English and Filipino to the youth and, more recently, to her grandsons. Retired as an assistant principal, she now spends much of her time reading, and writing for others upon request every now and then with "service as the reward itself."

# MANAGING THE CONSULTANT

## A CORPORATE GUIDE